BIỂN VẪN ĐỢI CHỜ

BIỂN VẪN ĐỢI CHỜ

Điệp Mỹ Linh

Bìa: Uyên Nguyên Trần Triết
Dàn trang: Huỳnh Hồng
Nhân Ảnh xuất bản 2024

ISBN: 9798330309931

Điệp Mỹ Linh

BIỂN VẪN ĐỢI CHỜ

NHÂN ẢNH
2024

BIỂN VẪN ĐỢI CHỜ

Ngày 09/07/2023, lúc 18:12 (GMT+7) tôi thấy trên VNExpress tựa đề bản tin: *"Cục Điện ảnh yêu cầu gỡ phim Trung quốc có 'đường lưỡi bò'"*.

"Cục Điện ảnh yêu cầu gỡ 'Flight to you', có hình ảnh 'đường lưỡi bò' phi pháp, trên các nền tảng phim trực tuyến Việt Nam..."

Hơi ngạc nhiên và hoài nghi, tôi tự hỏi: Từ bé đến giờ tôi chỉ biết lúc nào cộng sản Việt Nam (csVN) cũng "khúm núm" đối với Trung cộng bằng những câu rất khôi hài như "môi hở răng lạnh"/"4 tốt 16 chữ vàng" mà nay csVN dám tỏ thái độ đối với Trung cộng?

Vì hoài nghi, muốn kiểm chứng, tôi tìm tin khác và thấy trên BBCNews tiếng Việt, July/07/2023 lúc 5:47 AM, tựa đề: *"Việt Nam Tẩy chay đêm nhạc Blackpink, phim Barbie vì 'đường lưỡi bò' là yêu nước?"*

Cũng trên BBCNews, tôi thấy các phân đoạn này: *"Barbie không phải là sản phẩm duy nhất bị Việt Nam cấm vì có đường chín đoạn.*

Năm 2019, bộ phim hoạt hình Abominable của hãng phim DreamWorks cũng bị cấm chiếu vì lý do tương tự.

Ba năm sau, bộ phim hành động Uncharted của hãng Sony cũng bị Cục Điện Ảnh, cơ quan chính phủ chịu trách nhiệm cấp phép và kiểm duyệt phim nước ngoài, coi là có nội dung vi phạm

Hai năm trước, bộ phim trinh thám của Úc Pine Gap đã bị Netflix gỡ khỏi thị trường Việt Nam sau khi có khiếu nại từ cơ quan chức năng.

Tháng 8/2022, tổ chức Khí tượng thế giới (WMO) đăng bài trên Facebook chính thức về tình hình khí hậu, hạn hán ở Trung quốc, trong đó sử dụng bản đồ 'đường lưỡi bò' Việt Nam nêu ý kiến phản đối việc WMO và yêu cầu gỡ bỏ, sửa đổi nội dung..."

Người Việt Nam ai cũng hiểu rằng: Sự chia cách tại vĩ tuyến 17 – theo Hiệp Định Genève, ngày

20/07/1954, csVN phía Bắc/Việt Nam Cộng Hòa (VNCH) phía Nam – chỉ là giai đoạn/tạm thời; đảo Hoàng Sa vĩnh viễn là một phần diễm tuyệt của Quê Mẹ Việt Nam.

Thế thì, tại sao ngày nay csVN phản đối một vật vô tri như bản đồ "đường lưỡi bò" mà ngày 19/01/1974, khi Trung cộng ngang nhiên đưa một lực lượng Hải Quân hùng hậu tiến chiếm Hoàng Sa – của VNCH – Hải Quân VNCH phải "đơn thân" chống lại Trung cộng thì csVN lại im lặng một cách đồng lỏa với Trung cộng?

Nhưng, nghĩ cho cùng, csVN không đồng lỏa với Trung cộng cũng không được; vì – từ đầu thập niên 50 – Trung cộng và Nga đã viện trợ vũ khí cho csVN đánh Pháp; sau đó, cũng Nga và Trung cộng cung cấp vũ khí cho csVN đánh Mỹ, từ 1954-1975, để cưỡng chiếm miền Nam Việt Nam!

Ai cũng thấy rõ âm mưu thâm độc của Trung cộng là dùng đảng cộng sản và người Việt Nam để đánh Pháp/đánh Mỹ. Vì, nếu Pháp hoặc Mỹ còn đóng quân tại Việt Nam thì không thể nào Trung cộng dám đánh Hoàng Sa để làm "bàn đạp" cho Trung cộng chiếm trọn Biển Đông – như ngày nay!

Đây là sự đổi chác có giao ước "ngầm" giữa Trung cộng và người csVN!

Sự đổi chác này được thực hiện theo thứ tự: CsVN

phải đuổi Mỹ trước; Trung cộng chiếm Hoàng Sa; csVN chiếm miền Nam.

Sau khi csVN chiếm miền Nam Việt Nam, Trung cộng tự do "tung hoành" trên biển Đông.

Gần nửa thế kỷ qua chưa hề gặp trở ngại, hiện tại, Trung cộng tự xem như đang thống trị Biển Đông.

Tôi có thể khẳng định rằng: Trung cộng vươn lên được như ngày nay là nhờ Hoa Kỳ đã chấp thuận du học sinh Trung cộng sang Hoa Kỳ du học.

Nhận thấy thời cơ đã đến, Trung cộng cho một số lớn sinh viên được "nhồi sọ" và huấn luyện về gián điệp sang Hoa Kỳ du học rồi ăn cắp tài liệu – trong mọi địa hạc – của Hoa Kỳ, chuyển về Trung cộng. (Tôi đã dẫn chứng trong vài bài trước; xin miễn viết lại).

Theo Indiatimes, bài của Divine D, July/09/2023 lúc 1:26AM tôi thấy chi tiết này: "Năm 1972, Tổng Thống Nixon sang Trung cộng, trong 08 ngày, đã hội đàm với chủ tịch Mao Trạch Đông để bình thường hóa bang giao giữa Hoa Kỳ và Trung cộng."

Những người cùng thời với tôi có lẽ vẫn còn nhớ những bản tin rất buồn cười trên báo giấy Times/ Newsweek về sự hội nhập vào Thế Giới Tự Do một cách lừa dối/quê mùa đến tội nghiệp của các xí nghiệp Trung cộng.

Vào Google tìm lại những bản tin cũ, tôi thấy trên CNN, ngày 29/06/2010, lúc 7:33AM EDT, bài của Lara Farra, tựa đề: "Chinese companies 'rent' white foreigners." Xin trích một câu trong bảng tin của Lara farra để độc giả thẩm định: "In China, white people can be rented. For a day, a weekend, a week, up to even a month or two, Chinese companies are willing to pay high prices for fair-faced foreigners to join them as fake employees or business partners..."

"Face, we say in China, is more important than life itself," said Zhang Haihua, author of "Think Like Chinese." "Because Western countries are so developed, people think they are more well off, so people think that if a company can hire foreigners, it must have a lot of money and have very important connections overseas..."

Bây giờ, sau khi nhờ ăn cắp tài liệu của Hoa Kỳ mà vươn lên, Trung cộng trở thành kẻ "ăn cháo đá bát" đối với Hoa Kỳ! Xin dẫn chứng câu này, cũng trong bảng tin trên Indiatimes, bài của Divine D, July/09/2023: "On June 3rd, 2023, the US Navy has released a video of an unsafe interaction in the Taiwan Strait in which a Chinese Warship crossed in front of a US destroyer in the waterway. This happened amidst the deteriorating US-China relations which makes it worse. The US claimed that the USS Chung-Hoon, a destroyer was conducting a routine transit of the strait on Saturday when the Chinese ship cut in front of the US vessel coming within 137 metres near it."

Không những Trung cộng ngang nhiên tỏ thái độ khiêu khích Mỹ mà Trung cộng còn phát ngôn một cách thiếu lễ độ. Theo Reures, July/12/2023 lúc 10:19AM CDT: "China accused the United States of 'ganging up' and forcing it to accept a 2016 arbitration ruling over claims in the South China Sea, as Washington urged Beijing to halt what it called its routine harassment of vessels of other countries in the region."

Trung cộng còn tìm cách "bao vây" Hoa Kỳ một cách tiệm tiến. Theo Business Insider ngày 21/06/2023 lúc 4:14AM, bài của Kwan Kevin Tan: "China is planning a new joint military training facility in Cuba...At 100 miles off Florida's coast, the facility would put China's troops at Florida's doorstep."

Nếu Trung cộng ăn cắp tài liệu của Hoa Kỳ chỉ để giúp người dân Trung Hoa có đời sống văn minh/tân tiến/hạnh phúc – như cuối thập niên 70 Hoa Kỳ hy vọng và bắt đầu bang giao với Trung cộng – thì không ai trách Trung cộng. Đằng này, Trung cộng lại dùng những tài liệu ăn cắp được từ Hoa Kỳ rồi sáng tạo nhiều phương thức chống lại Hoa Kỳ để ông Xi Pinjing được trở thành thống lĩnh thế giới. Như thế, Trung cộng không là kẻ "ăn cháo đá bát" thì ai?

Khi CIA Director William Burs cảnh báo về hành động "ăn cháo đá bát" của Trung cộng thì Foreign Ministry spokesperson Zhao Lijan của Trung cộng "trả đũa" rằng: "China warned that the United States is 'the biggest threast' to world peace, stability and development" (Theo Brooke Singman /Fox News/ July 7, 2022 1:15pm EDT).

Như thế tưởng chưa đủ để "đàn áp" Hoa Kỳ, Trung cộng còn phát ngôn một cách trịch thượng/vượt xa ngôn ngữ ngoại giao: "Beijing is telling the U.S.: 'We are willing to die to the last Chinese for Taiwan. You Americans are not.'" (Theo Jon Gefner/June 28/2023 trên Clever Rebel). Cũng nhờ câu này của Trung cộng mà tôi có thể xác quyết được nguồn gốc của câu "Đánh Mỹ đến người Việt Nam cuối cùng" do csVN phổ biến trong thời binh lửa!

Viết đến đây, tôi thấy dấu hiệu email vừa vào box của tôi; tôi vào đọc. Đọc email xong, tôi tìm tin tức xem có gì lạ. Vào South China Morning Post, tôi thấy bài của Laura Zhou, ngày 14/07/2023 lúc 3:06PM với tựa đề: "China urges more cooperation with Vietnam as disputes simmer over South China Sea".

Bản tin này làm tôi nhớ lại một bản tin cũ, vội vào Google tìm. Tôi thấy trên China/Military ngày 27/06/2023 lúc 9:04PM bài của Amber Wang in Beijing: "Beijing would coordinate with Hanoi to 'strengthen high-level communication' and 'deepen practical cooperation' between the two militaries, Li told Vietnamese Defence Minister Phan Van Giang."

Tại sao bây giờ Trung cộng lại công khai kêu gọi csVN hợp tác nữa để làm gì? Để đánh "đế quốc" nào?

Chiến tranh với "đế quốc" Mỹ do csVN thực hiện từ 1954-1975 đã thiêu rụi hơn 02 triệu người Việt và gần 60 ngàn quân nhân Hoa Kỳ để Mỹ rút quân, Trung cộng chiếm Hoàng Sa của Việt Nam, cả trăm ngàn người Việt phải lìa xa quê hương để tìm đường sống trong khi Trung cộng xây đảo nhân tạo/sân bay/ tự vẽ 'đường lưỡi bò"/tự cho rằng Biển Đông là "ao nhà" của Trung cộng, v.v...chưa đủ hay sao?!

Giận quá, tôi ngưng viết, vào internet "lang thang". Bất ngờ tôi thấy bảng tin cũ trên BBC, bài của Phạm Viết Đào, ngày 01/09/2016, câu này: "Tổng Bí thư Nguyễn Phú Trọng kêu gọi xây dựng trường phái ngoại giao mang đậm bản sắc cây tre Việt Nam."

Không hiểu tại sao những chi tiết như tôi đã ghi bên trên lại làm cho tôi sợ hãi và đau lòng!

Chỉ một thoáng sau, những hình ảnh đẫm máu/ những bản tin bi thảm về từng đoàn người di tản bằng đường bộ, trên Quốc Lộ I, và những cuộc di tản bằng đường biển – do Hải Quân VNCH thực hiện, từ tháng Ba cho đến cuối tháng Tư 1975 – từ Đà Nẵng vào Saigon rồi đến Subic Bay lại hiện về làm ray rức hồn tôi!

Tôi không hiểu, sau này, trước khi Trung cộng đặt "gông cùm" lên Quê Mẹ Việt Nam, Hải Quân csVN có được phép đưa người Việt thoát khỏi "nanh vuốt" của Trung cộng – như Hải Quân VNCH đã thực hiện năm 1975 – hay không?

Nếu Hải Quân csVN không được phép đưa người Việt thoát khỏi gông cùm của Trung cộng thì...người Việt Nam ơi! Biển vẫn đợi chờ!

MY "BA NOI"

Dù được sinh ra và lớn lên tại Hoa Kỳ, trong một gia đình đổ vỡ, Kate Nguyễn cũng vẫn giữ được sự liên hệ tốt đẹp giữa Ba, Mẹ và Bà Nội; nhưng không thể nào Kate chinh phục được tình cảm của Thắm – Mẹ kế của nàng – nhất là sau khi Thắm sinh David. Mỗi lần ghé thăm Ba, Kate thường thấy Thắm nguýt, háy và nói:

- Ối giời! Con "giai" mới nối dòng nối dõi chứ thứ con gái "đái không qua ngọn cỏ" sinh ra làm đếch gì mà sinh cho lắm vào!

Không thể nào Kate hiểu được, nhưng thấy nét mặt của Ba không vui – vì Ba cũng chỉ hiểu "lỏm bỏm" chứ không hiểu rõ nghĩa – và thái độ khó ưa của Thắm, Kate nghĩ rằng câu nói ấy chắc chắn phải có một ý nghĩa nào đó. Nghe Thắm cứ lập đi lập lại câu nói đó mỗi khi thấy chị em của Kate, Kate bực mình, bảo:

- Chị em tôi không biết tiếng Việt. Nếu Bà muốn

chị em tôi hiểu thì Bà nên nói tiếng Anh; ngược lại, nếu Bà không muốn chị em tôi hiểu Bà nói gì thì Bà đừng nên lập lại câu nói đó mỗi khi chị em tôi đến thăm Ba tôi.

Thắm nói tiếng Anh kiểu "Hà Lội":

- You not know Vietnamese why you know what I say?

- Âm thanh trầm bổng trong câu nói của Bà không thay đổi cho nên tôi hiểu Bà chỉ lập đi lập lại một câu đó thôi.

- Ok. If you want me speak English, then listen. Have boy better have girl; because boy continue your father and grandfather; girl urinate not over grass...

Thắm nói chưa dứt câu, Kate ôm đầu:

- Dừng lại! Làm ơn dừng lại! Tôi không hiểu Bà nói gì cả.

Kate không hiểu trọn câu tiếng Anh của Thắm; nhưng Kate lại nhớ: "...Have boy better have girl... Girl urinate not over grass..." và Kate hỏi Bà Nội; vì Mẹ của Kate cũng không thông suốt tiếng Việt. Dù không thông suốt tiếng Việt, Ba Mẹ của Kate cũng vẫn phát âm được danh từ Bà Nội; riêng ba chị em Kate thì không thể phát âm đúng mà phải nói là "Ba Noi".

Khi nghe Kate lập lại hai câu tiếng Anh đứt quảng mà Thắm đã nói, "Ba Noi" hiểu ngay. "Ba Noi" cười, giải thích:

- Câu nói đó xưa lắm rồi, vào thời đại của Bà Cố trở về trước. Ý niệm trọng nam khinh nữ không phải bắt đầu từ Việt-Nam mà khởi nguồn từ thời quân Tàu đô hộ Viêt-Nam. Con thấy, ngay như đầu thế kỷ 21 này mà quân Tàu cũng vẫn duy trì ý tưởng lạc hậu đó. Bằng cớ là nhiều gia đình người Tàu – theo chính sách hạn chế sinh đẻ của chính phủ Tàu – khi sinh con gái đầu lòng thì vất đi hoặc tìm cách giết chết đứa bé gái để lần tới may ra sinh con trai.

Kate rùng mình, ôm mặt, vẻ sợ hãi. "Ba Noi" tiếp:

- Bà Nội đọc tin đó trên báo Time chứ không phải Bà Nội ghét quân Tàu rồi Bà Nội "bịa" đâu.

- Con tin "Ba Noi" mà.

- Trong một xã hội mà con người có thể giết con và giết Cha Mẹ thì xã hội đó sẽ tạo ra những người thiếu nhân tính, thiếu đạo đức. Và rồi xã hội đó sẽ trở thành nhiễu nhương và dân tộc đó sẽ trở nên ác độc, tàn bạo và vô cảm.

- Xã hội nào mà con lại giết Cha Mẹ, "Ba Noi"?

- Xã hội Tàu Cộng và xã hội Cộng Sản Việt-Nam. Đầu thập niên 50 của thế kỷ 20, Cộng Sản Việt-Nam bắt chước Tàu Cộng thực hiện chính sách đấu tố, mang danh là Cải Cách Ruộng Đất để con tố Cha Mẹ, vợ tố chồng, người làm tố điền chủ. Nhưng, Kate à! Bà khuyên con, con chỉ cần biết và thương Ba của con và David là hai người liên hệ ruột thịt với con; con không cần để ý đến Thắm.

Kate im lặng, nghĩ đến lần đầu tiên Thắm gặp gia đình, nghe "Ba Noi" gọi Ba, Thắm và các cô chú bằng tên hoặc bằng "con" và xưng bằng Mẹ, chứ không gọi ai bằng "mày" xưng "tao", Thắm rất ngạc nhiên, hết nhìn người này rồi nhìn người kia. Nhưng buồn cười nhất là lần đầu tiên Kate thấy "Ba Noi" và Thắm cãi nhau. "Ba Noi" gọi Thắm bằng "cô", xưng "tôi", Thắm giật mình, kinh ngạc nhìn "Ba Noi"; vì Thắm chỉ quen nghe Cha Mẹ của Thắm – cũng như hầu hết người Bắc "không di cư" – gọi Thắm và anh chị em của Thắm bằng "mày" hoặc "con kia, thằng phải gió" và xưng "tao"!

Dù "Ba Noi" và Thắm thường bất hòa, Kate không hiểu tại sao chưa bao giờ "Ba Noi" than phiền với Kate hoặc với Mẹ về Thắm. Kate nghĩ, có lẽ "Ba Noi" hiền, cho nên, sau khi ly dị Ba, Mẹ vẫn tới lui thăm viếng "Ba Noi".

Vừa nghĩ đến Mẹ, Kate chợt nhớ lúc sáng Mẹ dặn, chiều nay, sau khi rời trường, Kate ghé đón "Ba Noi" để tối "Ba Noi" sẽ đi ăn sinh nhật với Mẹ và hai em

Julie, Debbie.

Vừa vội vàng rời bãi đậu xe được một khoảng ngắn, Kate nghe tiếng gọi: *"Kate!"* Quay lui, Kate thấy Jay Trần vừa đi vừa chạy về phía nàng. Kate cười:

- Em tưởng em trễ rồi mà anh còn trễ hơn nữa. Sẽ gặp anh sau. Bây giờ em phải vào cho kịp thi.

- Hôm nay anh cũng phải thi. Anh sẽ đón em chỗ mình thường hẹn rồi cùng đến cafeteria.

Cả hai đi nhanh về hai lối khác nhau; vì Jay học Dự Bị Y Khoa, năm cuối, trong khi Kate học năm thứ hai ngành Tâm Lý Học.

Sau khi thi xong, Jay vừa đi cạnh Kate vừa kể – cũng bằng tiếng Anh, vì Jay biết Kate không hiểu tiếng Việt – cho Kate nghe về lần thực tập đầu tiên, ngày hôm qua. Jay nhờ bác sĩ Ross cho Jay theo Ông đến bệnh viện để chứng nghiệm những cuộc giải phẫu. Thấy máu Jay chịu không được! Tối hôm qua Jay mất ngủ. Jay chưa biết nên tiếp tục theo đuổi ngành Y Khoa hay nên đổi phân khoa. Kate bảo:

- Đây là cuộc đời của anh. Anh nên học ngành nào anh thích; vì chính anh là người phải sống và chấp nhận những cái hay cái dỡ của ngành nghề đó chứ không ai khác.

- Bố Mẹ của anh thì mong anh trở thành bác sĩ Y

Khoa. Bố Mẹ bảo MD không bao giờ bị thất nghiệp; MD làm nhiều tiền.

- Nếu anh có nhiều tiền mà mỗi ngày anh phải thực hiện những điều anh không thích thì cuộc đời có còn ý nghĩa gì đối với anh hay không? Anh cũng có thể trở thành bác sĩ mà không phải "nhúng tay vào máu".

- Kate! Không ngờ em nhỏ tuổi hơn anh mà sự suy nghĩ của em chín chắn hơn cả một người từng trải.

Hai người vào câu lạc bộ. Trong khi Jay tìm bàn, Kate bảo nàng cần phải đi rửa tay. Sau khi cả hai lấy thức ăn đem đến bàn, Kate nũng nịu:

- Anh biết gì hôn?

- Biết gì, em?

- "My Ba Noi" luôn luôn bắt chị em của em phải rửa tay trước khi ăn.

- Thật vậy sao, ngay như bây giờ em đã là một nữ sinh viên đại học?

- Vâng. Dù không sống với "Ba Noi", đến bữa ăn em cũng tưởng như em nghe "Ba Noi" nhắc rửa tay.

- Nghe có vẻ như em rất gần gũi và thân thiết với "your Ba Noi".

- Dĩ nhiên. Vì em có thể nói với "Ba Noi" bất cứ điều gì em thích cũng như chị em của em có thể ca hát, nhảy múa, chơi nhạc trên *deck*, nơi sân sau, hằng giờ, "Ba Noi" vẫn ngồi nghe một cách thích thú.

- Tại sao em không gọi "your Ba Noi" là Bà (Grandma) cho dễ mà lại gọi là "Ba Noi"?

- "My Ba Noi" thích được gọi như vậy; vì danh từ "Ba Noi" chỉ có trong tiếng Việt để phân biệt giữa người Mẹ của Cha và người Mẹ của Mẹ chứ không thể dịch sang ngôn ngữ khác.

Jay gật gù. Kate nhắc:

- Anh ăn đi kẻo nguội.

Vừa cầm miếng hamburger lên, Jay vội vàng để xuống:

- Anh phải đi rửa tay.

Cả hai cùng cười. Khi trở lại bàn, Jay bảo :

- Anh phải tập rửa tay cho quen, nhỡ anh đi ăn với gia đình em, có "your Ba Noi" mà anh quên rửa tay thì kẹt lắm.

- Nếu anh muốn, anh có thể gặp "my Ba Noi" chiều nay.

- Thật không? Bằng cách nào?

- Chờ em một phút. Em điện thoại cho Mẹ em.

Jay rời bàn, giả vờ đi lấy khăn giấy để Kate khỏi e

dè khi nói chuyện với Mẹ. Thấy Kate cất điện thoại, Jay trở lại. Kate tươi cười:

- Hôm nay là sinh nhật của "my Ba Noi". Tối nay Mẹ và ba chị em của em sẽ đi ăn với "Ba Noi". Anh muốn cùng đi không?

- Dĩ nhiên là anh muốn tham dự với gia đình em. Nhưng, khoan, để anh nghĩ xem anh nên tìm món quà gì để tặng "your Ba Noi".

- Thôi, Mẹ và chị em của em có quà tặng "Ba Noi" rồi.

- Chắc món quà đó đặc biệt lắm, phải không?

- Mẹ và em đã nhờ người đem hoa đến tặng "Ba Noi" rồi. Debbie và Julie tự làm quà cho "Ba Noi".

- Wow! Em có thể cho anh biết qua về hai món quà đặc biệt đó không?

- Bé Debbie vẽ hình chiếc xe hơi, bên trong là ba cô bé và bà lái xe đeo kính cận, rồi Debbie viết: "Happy Birthday to Ba Noi"

- Ý nghĩa vô cùng. Còn món quà Julie làm cho "your Ba Noi" như thế nào?

- Julie mua một dĩa trắng bằng sứ và viết chung quanh dĩa như thế này: "My Ba Noi always says wash your hands before you eat!"

- Tuyệt quá!

- Em là cháu nội đầu tiên của "my Ba Noi" cho nên em được "Ba Noi" cưng lắm.

Jay muốn nói *"Em cũng là thiếu nữ đầu tiên làm tim anh xao xuyến. Anh cũng cưng em lắm"* nhưng không dám nói, vì chưa thuận tiện.

****

Sau khi "Ba Noi" cài giây an toàn, Kate cho biết nàng phải ghé nhà Ba lấy *iPad* Debbie bỏ quên. "Ba Noi" đáp *"Okay"*, nhưng vì biết rằng sẽ thấy mặt Thắm, bao nhiêu buồn tủi trong lòng "Ba Noi" bỗng dâng trào!

Niềm buồn tủi của "Ba Noi" có lẽ do sự hối hận âm ỉ trong lòng "Ba Noi"; vì "Ba Noi" cứ cố thuyết phục Ba nên thành hôn với phụ nữ Việt-Nam. Sau cuộc hôn nhân đổ vỡ giữa Mẹ và Ba, "Ba Noi" cũng vẫn không chấp nhận được mối tình của Ba với cô gái Mỹ, tóc vàng, mắt xanh.

Khi Ba quen với Thắm, thấy Thắm xấu quá: Trán vồ, răng hô, miệng vẩu, chân đi hai hàng – nhưng khi có mặt người khác Thắm lại bắt chước cách đi của người mẫu "liệng cái mông" bên này, "hất cái mông" bên kia theo mỗi bước chân – "Ba Noi" hơi buồn; vì Ba cao lớn, tốt nghiệp đại học trong khi Thắm so ra không bằng những người giúp việc cho gia đình của "Ba Noi" ở Saigon ngày xưa! Nhưng "Ba Noi" lại nghĩ, biết đâu bề ngoài của Thắm xấu nhưng tâm hồn của Thắm trong sáng, biết yêu thương chăm sóc cho Ba. Thêm nữa, Thắm khoe với "Ba Noi" là Thắm đã tốt nghiệp đại học bên Việt-Nam cho nên "Ba Noi" nghĩ, một người có trình độ đại học thì ít ra tư cách cũng không đến nỗi nào.

"Ba Noi" – cũng như đa số người Việt di tản – không ngờ rằng, cho đến bây giờ, nhiều gia đình nghèo, có chồng, con hoặc thân nhân đã "sinh Bắc tử Nam" vẫn còn ôm trong lòng mối căm thù người miền Nam. Lý do những người này còn nuôi lòng căm thù là vì: Sau khi "giải phóng miền Nam", họ thấy từng đoàn xe chở những vật dụng rất "hiện đại" của người miền Nam về Hà Nội rồi những nhân vật có quyền thế trong Đảng chia chát nhau chứ người nghèo không được hưởng. Không được chia xẻ của cải, nhưng, thấy những đồ vật "hiện đại" của người miền Nam, người nghèo miền Bắc biết người miền Nam giàu có hơn họ. Rồi, sau đó một thời gian, người nghèo miền Bắc lại thấy người du lịch từ "nước ngoài" về Hà-Nội, ăn diện bảnh bao. Và cả nước Việt-Nam đều hay tin sự thành công ngoài sức tưởng tượng của con cháu "Ngụy quân, Ngụy quyền" tại ngoại quốc.

Một lý do khác nữa là vấn đề văn hóa. Những người

Mẹ, người chị ít học và nghèo đói, khi họ ru con, ru em, họ không biết những câu ca dao, đồng dao Việt-Nam đậm tình người mà họ chỉ biết bài quốc ca của Cộng Sản Việt Nam nặng mùi sắc máu *"thề phân thây uống máu quân thù"* và những câu thơ của Tố Hữu: *"Giết, giết nữa, bàn tay không phút nghỉ, Cho ruộng đồng mau tốt, thuế mau xong; Cho đảng bền lâu, cùng rập bước chung lòng. Thờ Mao chủ tịch, thờ Stalin...bất diệt"* Hoặc khi nói chuyện với con, với em, họ chỉ chỏ những người Việt từ ngoại quốc về du lịch và bảo cho con em biết: *"Đấy, mấy mươi năm chiến tranh, Bố mày, chú bác mày và con cháu của gia đình mình chết trên Trường Sơn hoặc trong những cuộc đụng độ với quân miền Nam, mình ở ngoài này nghèo đói, bị tầu bay B-52 rải bom; còn chúng nó ở trong Nam 'ngồi mát ăn bát vàng!' Bây giờ, chồng, Cha, con cháu mình chết cả để thống nhất đất nước thì chúng nó chạy sang Mỹ, con cái của chúng ăn học thành tài, nay chúng trở về, cũng vẫn quần là áo lượt. Mình trông như 'osin' của chúng!"* Chính hình ảnh và lời nói do Mẹ hoặc chị của đứa bé so sánh đã hun đúc lòng thù hận trong lòng thế hệ trẻ ở Bắc Việt! Lòng thù hận người miền Nam cộng với sự tranh giành quyết liệt để tồn tại trong một xã hội nghèo đói, cơ hàn của Cộng Sản Việt-Nam khiến thế hệ trẻ không hề nghĩ đến đạo đức!

Thù hận cứ giữ trong lòng, nhưng khi gặp người miền Nam thì người Bắc vẫn luôn luôn tỏ ra tử tế "anh em cả"; giống y luận điệu của "Bộ Đội Cụ Hồ" khi họ lừa mấy ông Thủy Quân Lục Chiến tại bờ Sông Thạch Hãn vào hôm ngưng chiến, ngày 27 tháng 01 năm 1973, để mấy ông Thủy Quân Lục Chiến cho họ thuốc hút và thức ăn. Sau khi ăn, hút xong, bất thình lình mấy ông "Bộ Đội Cụ Hồ" dùng dao đâm mấy ông Thủy Quân Lục Chiến chết! Và Cộng Sản Việt-Nam, sau tháng Tư 75, lừa Quân, Cán, Chính miền Nam: Chỉ đem theo tiền ăn cho mười ngày, rồi Cộng Sản Việt-Nam nhốt tất cả vào trại tù suốt bao nhiêu năm dài!

Bản chất lừa dối, gian xảo, hỗn hào, láo khoét và lòng âm thầm thù hận của những người trẻ lớn lên trong xã hội Cộng Sản Việt-Nam chỉ càng ngày càng tệ chứ không thể thay đổi được! Khi người Bắc vào thăm hay sinh sống tại miền Nam hoặc thành hôn với người Việt ở ngoại quốc, họ cũng mang theo bản chất phi nhân nghĩa của họ. Vì vậy, khi Thắm theo Ba thì "Ba Noi" đã về hưu. "Ba Noi" lại ít nói, không khoe khoang. Thấy "Ba Noi" già, không trang điểm, chỉ biết lo việc nhà và làm vườn, Thắm xem thường sự hiểu biết của "Ba Noi", cho nên, hễ có cơ hội là Thắm khoe một cách "vô tội vạ". "Ba Noi" chỉ im lặng, cười cười.

Hôm Thắm sang thăm, "Ba Noi" đang đo may màn cửa. "Ba Noi" nhờ Thắm vẽ hộ lên vải một góc 45 độ trong khi "Ba Noi" lên lầu lấy kính cận. Thắm lúng túng mãi, cuối cùng Thắm đành phải hỏi "Ba Noi", góc

45 độ là góc như thế nào? Một người tốt nghiệp đại học mà không biết góc 45 độ? "Ba Noi" hỏi, lúc học lớp 12 Thắm có học Toán không? Thắm điềm nhiên đáp Thắm toàn đứng hạng nhất về môn Toán. Bà Nội hỏi tiếp, Thắm có học Đạo Hàm và Hình Học Không Gian hay không? Thắm bảo học Toán chứ có phải học làm răng đâu mà học về hàm về lợi (nướu răng), cũng đâu phải "bay lên giời" đâu mà học về không gian? "Ba Noi" cười khẩy, lắc đầu, bỏ đi chỗ khác.

Thắm hiểu ý nghĩa nụ cười khẩy của "Ba Noi" cho nên, một lần khác, Thắm cố tình muốn "Ba Noi" phải tin rằng Thắm đã tốt nghiệp đại học Bách Khoa Hà-Nội. Thắm bảo Bố của thằng "Đay-vịt" (David – lúc nào Thắm cũng bỏ dấu nặng hoặc dấu huyền khi phải nói vài tiếng Anh) chỉ có bằng com-pú-tờ xái-ần (Computer Science); mà bằng com-pú-tờ xái-ân thì ai mà chả lấy được! Còn bằng của Thắm thì cả nước Mỹ chỉ có vài người có thôi. Thắm còn nói Thắm đã ghi danh học tiến sĩ nhưng ông chồng trước của Thắm không cho. "Ba Noi" hỏi lý do? Thắm bảo vì ông chồng trước của Thắm sợ Thắm đi học thì mấy ông giáo sư đại học sẽ "dê" Thắm, dụ Thắm bỏ chồng bỏ con! "Ba Noi" cười "nửa miệng", hỏi Thắm bằng cấp như vậy tại sao không đi làm mà cứ ở nhà? Thắm bảo rằng ông chồng trước của Thắm chết để tiền lại mẹ con của Thắm tiêu không hết mà tội gì đi làm!

Người chồng trước của Thắm là Việt kiều già, sau khi nghỉ hưu chỉ biết cờ bạc, bị vợ ly dị. Để trả thù vợ, ông Việt kiều về Việt-Nam tìm vợ trẻ. Nhưng cỡ tuổi của ông không thể kiếm được cô nào vừa trẻ vừa đẹp hoặc dễ coi cho nên khi được giới thiệu với Thắm – chỉ bằng tuổi người con út của ông – ông chịu liền. Riêng Thắm, tuy xấu nhưng trước đó Thắm và Hiến, người cùng làng và cùng làm hãng dệt với Thắm, yêu nhau. Thắm hy vọng Thắm sẽ cùng Hiến xây dựng gia đình. Nhưng, Thắm tự nhủ, nếu Thắm gặp được tên Việt kiều nào ít già một tý thì Thắm cũng sẽ "đá đít" Hiến để lấy Việt kiều cho sướng tấm thân. Bất ngờ Thắm thấy "tắt kinh". Thắm cho Hiến biết "tin buồn". Hiến bảo đừng lo, nhưng từ hôm đó Hiến trốn mất. Vì lý do mang "bầu tâm sự" không có chủ, khi được giới thiệu với ông Việt kiều già, Thắm đành nhận lời và Thắm đã "cho" ông Việt kiều già ngay hôm đầu tiên khi hai người đi chơi với nhau.

Khi hay tin Thắm có thai, ông Việt kiều già rất hãnh diện, gặp bà con, bạn hữu ông đều khoe là "súng" của ông còn tốt, "bắn" đâu trúng đó! Và, như hầu hết mấy cô gái bên Việt-Nam lấy chồng Việt kiều, Thắm buộc ông Việt kiều già mua bảo hiểm nhân thọ! Sau một thời gian, nhận ra Thắm không những xấu người mà còn hỗn, lười, nói láo, ở dơ, tham vặt, không chịu đi làm, không chịu nấu ăn và thường nguyền rủa ông mỗi khi bất hòa, ông Việt kiều già xin bà vợ cho ông trở về.

Bà vợ không đồng ý. Ông Việt kiều già triền miên sống trong buồn phiền, sinh ra nghiện rượu. Cuối cùng ông chết trong một tai nạn vì lái xe khi say rượu! Thắm lãnh tiền bảo hiểm nhân thọ, một trăm ngàn Mỹ kim; nhưng không bao giờ Thắm chịu chi ra bất cứ khoảng tiền nào trong những chi phí giữa Ba, Thắm, David và đứa con riêng của Thắm.

Vì thương David, thỉnh thoảng "Ba Noi" ghé thăm David hoặc bảo Thắm đem David sang thăm "Ba Noi". Những lần Thắm đưa hai đứa bé sang nhà "Ba Noi" chơi, chờ những lúc "Ba Noi" bận điện thoại trên lầu hoặc "Ba Noi" ra sân tắt nước hoặc vào nhà tắm là Thắm lấy cắp ngay những vật Thắm thích rồi cho vào xắc đựng tả của David. Nhà "Ba Noi" trưng bày rất nhiều kỷ vật, khó nhận biết ngay vật nào còn vật nào mất. Tuy vậy, đôi khi "Ba Noi" cũng phát hiện mấy kỷ vật bị mất mà "Ba Noi" tìm không ra.

Một hôm "Ba Noi" ghé thăm David mà không điện thoại trước. Bất ngờ "Ba Noi" thấy tại nhà Ba một kỷ vật "Ba Noi" mua từ Ai-Cập. "Bà Noi" cật vấn. Thắm bảo Thắm không biết, chỉ thấy Ba đem về. "Ba Noi" xác quyết: Các con của "Ba Noi" – ngay từ bé – không bao giờ lấy bất cứ vật gì của ai mà không xin phép. Kẹt quá, Thắm giải thích rằng ông chồng trước của Thắm đưa Thắm đi chơi khắp thế giới chứ kể gì Ai-Cập. "Ba Noi" giận quá, hỏi, Thắm đi Ai-Cập vậy thì máy bay đáp xuống phi trường nào, thành phố nào của Ai-Cập? Thắm biết bị lộ, vội dùng thủ đoạn hạ cấp, lớn tiếng bảo, nhà này là của vợ chồng Thắm, Thắm đã tử tế để cho "Ba Noi" thăm cháu mà "Ba Noi" còn không biết điều! Người ăn ở như thế sẽ bị Chúa trừng phạt! Từ nay muốn đến nhà Thắm, "Ba Noi" phải điện thoại trước.

Đó là lý do khi Kate dừng chiếc SUV, bước xuống, "Ba Noi" vẫn ngồi yên trên xe, dáng ngần ngại. Kate dục:

- Đi vô, "Ba Noi".

- Thôi, con vô đi, giờ này Ba con chưa về .

Ý "Ba Noi" muốn nói rằng nếu có Ba ở nhà, "Ba Noi" sẽ vào; vì "Ba Noi" biết có sự hiện diện của Ba thì Thắm sẽ không dám nguyền rủa "Ba Noi". Kate nhắc:

- "Ba Noi" nhớ "Ba Noi" nói với con như thế nào không?

- Bà Nội nói sao, con?

- "Ba Noi" bảo chỉ nghĩ đến Ba và bé David thôi; đừng thèm để ý đến Thắm. "Ba Noi" nhớ không? Thêm nữa, con đã điện thoại cho Ba con biết rằng con sẽ ghé lấy *iPad*.

"Ba Noi" mở cửa xe, từ từ bước xuống.

Một tay mở cửa, một tay ôm điện thoại, Thắm vừa nói vừa cười hô hố như đàn ông:

- Ừ, tớ vẫn sống cuộc đời chán phèo chứ có khác gì đâu. Hồi còn ở Việt-Nam có mấy thằng du học Nga hoặc Trung quốc về, theo đuổi tớ quá trời mà tớ cứ khất để lo cho Mẹ già; vì Bố của tớ chết trong thời kỳ "đánh Mỹ kíu nước". Không ngờ gặp thằng cha Việt kiều hắn đeo tớ như đĩa, tớ mà không lấy hắn, hắn nhảy xuống sông Hồng tự tử. Sau này gặp bố của thằng Đay-vịt này cũng thế. Tớ thấy hắn đeo đuổi tớ hoài, tội nghiệp, tớ chấp nhận làm bạn thôi, đừng để có con. Thế mà hắn muốn có con để cột tớ. Kẹt thằng Đay-vịt chứ không có thằng Đay-vịt là tớ bỏ hắn từ đời nào rồi. Tớ mà thoát ra thì khối thằng quỳ dưới chân tớ đấy...ha...ha...

"Ba Noi" giận run người, muốn bế David để dằn cơn giận nhưng David không cho, khóc ré lên! Thắm phải cắt ngang cuộc điện đàm. "Ba Noi" hỏi

- Cô nói con tôi không ra gì hết, vậy thì cô sống với con tôi để làm gì? Cô nhìn lại bản thân cô xem cô xứng với lời láo khoét của cô được bao nhiêu phần trăm? Làm ơn bỏ con trai của tôi đi. Tôi van xin cô đó.

- Tôi bỏ con bà mấy lần dzồi mà lần nào hắn cũng năn nỉ tôi đừng đi. Tôi chỉ vì thằng Đay-vịt chứ bà tưởng tôi cần con bà lắm hay sao?

Sự thật thì Ba, sau khi nhận thức được sự nhầm lẫn của mình và bản chất hung dữ, láo khoét, tham vặt, hỗn hào, keo kiệt, ở dơ, lười biếng của Thắm, đã bỏ Thắm nhiều lần; lần nào Thắm cũng năn nỉ xin ở lại. Khi nào năn nỉ Ba không được Thắm giả vờ đập đầu vào tường tự tử. Lần mới đây Thắm dọa sẽ ôm David nhảy cầu xa lộ!

- Tôi biết cô hay, cô giỏi, cô không cần con tôi; vậy thì cô hãy đi đi.

- Bà có quyền gì mà đuổi tôi? Ôi giời! Người như thế thì Chúa vặn họng, Phật bẻ cổ, Trời tru đất diệt chứ để sống làm gì!

- Tôi làm gì mà cô nguyền rủa tôi?

- Bà là Mẹ chồng mà tôi sinh đẻ bà có giúp, có nuôi tôi lần nào, ngày nào không? Tôi sinh cho Bà thằng cháu nối dòng nối dõi, bà có tắm cho nó lần nào không mà bây giờ bà đuổi mẹ con tôi? Ác vừa thôi nhá! Người ác thế mà Trời cao đất dầy còn để cho sống! Ối giời ôi là giời!

- Trên xứ Mỹ này cả triệu triệu phụ nữ sinh con chứ không phải một mình cô. Họ sinh tại nhà thương rồi về nhà tự lo lấy, vài tuần rồi gửi con cho "daycare" để đi làm. Cô không đi làm, cô không nấu ăn, cô chỉ thích ăn tiệm, vậy cô bảo tôi giúp cô cái gì? Con tôi sinh ra tôi không phải tắm cho con tôi, bây giờ cô ăn ở không rồi cô bảo tôi tắm cho con của cô à? Cô bảo tôi không giúp cô, vậy những khi cô qua nhà tôi chơi, thấy tôi quét nhà hoặc đem rác ra, có bao giờ cô ngỏ lời giúp tôi chưa?

- Đấy! Đấy! Mẹ mà không tắm cho con thì đúng là thứ "ngồi mát ăn bát vàng". Hồi xưa bà như thế mà bây giờ đến phiên tôi không đi làm thì bà hạch xách.

- Tôi không hạch xách cô. Tôi chỉ cho cô biết là trước khi cô muốn người ta giúp cô thì cô hãy giúp người ta trước.

- Tôi không phải là "osin" của bà.

- À há! Cô không phải là "osin" của tôi; cô nghĩ tôi là "osin" của cô, hả? Ha...ha...ha...

Tính "Ba Noi" vẫn vậy! Khi nỗi đau quá to lớn "Ba Noi" trở nên khôi hài một cách đắng cay và "Ba Noi" phát ngôn bằng tiếng Anh!

- You said you are not an osin? But...("Ba Noi" lắc lắc đôi vai rồi hát theo nhịp điệu và âm hưởng của ca khúc You're The Devil in Disguise do Elvis Presley trình bày) *"You look like an osin, talk like an osin, act like an osin. But I got wise. You're the devil in disguise..."(1)*

Giữa khi Thắm chưa biết phản ứng như thế nào thì Kate vội đưa "Ba Noi" ra cửa.

****

Nhìn nét mặt buồn rười rượi của "Ba Noi", Kate nói:

- Con xin lỗi "Ba Noi". Đáng ra con nên nghe lời Bà để Bà chờ trong xe thì đã không có chuyện đáng tiếc.

- Không phải lỗi của con.

"Ba Noi" gượng cười cho Kate yên lòng.

Trong khi Kate lái xe, "Ba Noi" tự hỏi làm thế nào mà Ba có thể quen với một người như Thắm để đưa đến một cuộc tình? "Ba Noi" không biết được rằng Ba, cũng như những người Việt miền Nam và người Mỹ chính gốc, đều có lòng thương người, tin người và thương trẻ em. Vì hiểu như vậy, vào một chiều Đông, xe hư, Thắm cố tình bế đứa con đứng cạnh xe để mong người ta thấy trẻ con thì người ta giúp đỡ nhanh hơn. Ba dừng lại giúp. Vậy là Thắm không bao giờ bỏ lỡ cơ hội để đưa đứa bé ra gợi lòng thương hại của Ba.

Xe vào bãi đậu của nhà hàng Olive Garden. Điện thoại cầm tay "rung", Kate nhìn vào thấy mấy dòng Mẹ nhắn. Tắt điện thoại, Kate vừa cho xe vào chỗ đậu vừa nói:

- Mẹ và hai em của con đang lấy bàn trong nhà hàng.

Kate vừa mở cửa xe bước ra thì thấy xe của Jay vừa đậu sát xe nàng. Cả hai cùng cười, chào nhau, trước ánh mắt tò mò của "Ba Noi". Jay bước đến chào "Ba Noi". Kate giới thiệu:

- "Ba Noi"! Đây là Jay, bạn của con và đây là "my Ba Noi".

- Con rất hân hạnh được gặp Bà. Mừng Sinh Nhật Bà.

"Ba Noi" cảm ơn Jay rồi kín đáo nhìn Kate. Hiểu ý nghĩa ánh mắt của "Ba Noi", Kate vội bảo Jay:

- Jay vào đi. Mẹ và hai em của em đang trong đó. Em phải giúp "my Ba Noi" một tý.

Jay đi rồi, Kate nhìn "Ba Noi", cười cười:

- Bạn trai của con đó, "Ba Noi".

- Cái gì? Con có bạn trai?

- "Ba Noi"! Có phải "Ba Noi' thường bảo rằng con là đứa cháu xinh đẹp và học giỏi của "Ba Noi" hay không?

- Dĩ nhiên! Vì đó là sự thật.

Kate trề môi như làm nũng:

- Một cô gái xinh đẹp, học giỏi như con mà không thể có được người bạn trai sao, "Ba Noi"?

Xúc động dạc dào trước câu nói đầy thông minh

của cô cháu cưng, "Ba Noi" cười như mếu *"Oh!"* Kate dang đôi tay tỏ ý muốn *hug* "Ba Noi". "Ba Noi" cũng dang tay. Kate từ từ ôm vai "Ba Noi" rồi nói:

- I love you, "Ba Noi".

- I love you too!

Kate nghịch, vừa cười vừa nói vừa bước lui vừa lắc vai:

- Ha...ha...ha...I love you three...I love you four...I love you five...

Biết Kate muốn nghịch như những lúc Bà cháu vui đùa khi Kate còn bé, "Ba Noi" giả vờ bậm môi, dậm chân, "rượt" theo:

- I'm going to get you!

Tiếng cười của Kate vang vang trong từng cơn gió lạnh của một chiều Đông...

(1) Nguyên tác lời ca của Elvis Presley: "You look like an angel, walk like an angel, talk like an angel. But I got wise. You're the devil in disguise..."

NGƯỜI LÍNH MỸ

Thời gian gần đây, những biến động tại Afghanistan khi Hoa Kỳ rút quân khiến nhiều ngòi bút đưa ra sự so sánh giữa miền Nam Việt Nam, tháng Tư năm 1975 và Afghanistan, tháng Tám năm 2021.

Vâng, tôi thấy vài điểm tương đồng như Cha Mẹ đưa em bé qua hàng rào kẽm gai để em bé được vào vòng tay của người lính Mỹ – chỉ với hy vọng cho con được đến chốn an toàn . Taliban đến từng nhà, tại Afghanistan, treo cổ những người làm việc cho Mỹ. Vài người liều, "đu" theo máy bay, bị rớt, chết; trong số này có một thanh niên thuộc Afghanistan's youth natonal football team, v.v...

Ngoài vài điểm tương đồng như trên, tôi còn nhận thấy ba điểm rất đáng chú ý.

1.- Năm 1973, Mỹ rút quân khỏi Việt Nam; Quân Lực Việt Nam Cộng Hòa (V.N.C.H.) giữ vững miền Nam cho đến năm 1975.

2.- Năm 2021, Mỹ rút chưa hết quân khỏi Afghanistan mà quân Taliban đã chiếm thủ đô Kabul của Afghanistan rồi!

3.- Nếu Tổng Thống Nguyễn Văn Thiệu có câu: *"Đừng nghe những gì cộng sản nói, hãy nhìn kỹ những gì cộng sản làm!"* thì, tại Afghanistan cũng có câu: *"No one trusts anything that comes from the Taliban's mouth."*

Link: https://www.cnn.com/2021/08/20/asia/afghanistan-taliban-rule-friday-intl/index.html

Riêng tôi, kể từ ngày Mỹ bắt đầu rút quân khỏi Afghanistan, tôi cứ hồi hộp, lo âu và cầu nguyện để Taliban đừng pháo kích bừa bãi vào đoàn người chạy loạn hoặc pháo kích vào phi trường Kabul – như cộng sản Việt Nam (c.s.V.N.) đã pháo kích vào phi trường và pháo kích chính xác vào đoàn người cùng dòng máu Lạc Hồng đang chạy về phía V.N.C.H. để được che chở, năm 1975.

Trong khi tôi đang thầm vui vì, tưởng rằng Taliban không tàn ác như c.s.V.N. thì, bảng tin trên CNN, ngày 08-26-2021, làm tôi tức giận.

Trưa nay, 08-27-2021, tôi lại thấy tin bổ túc, lúc 12:36 PM ET*: "... a*_bombing at Kabul›s airport killed at least 170 people including 13 US service members {...} More than 200 people were injured in Thursday›s attack, an official with Afghanistan›s Ministry of Health told CNN on Friday...”

Link: https://www.cnn.com/2021/08/27/asia/afghanistan-kabul-airport-attack-update-intl-hnk/index.html

Thì ra, cái ác lúc nào cũng chập chùng trong thế giới này! Tôi ngậm ngùi nghĩ đến những vụn vỡ trong trái tim của người Mẹ, người vợ, người con, người chị/em gái hoặc người tình của người lính Mỹ – tưởng sắp thoát được vùng lửa đạn – phải gục ngã vào giờ phút cuối!

Là một ngòi bút không chuyên nghiệp, không thích và không muốn tìm hiểu về chính trị, tôi chỉ xin được nhìn hai sự kiện Việt Nam 1975 và Afghanistan 2021 từ “lăng kính” của một phụ nữ. Tôi chỉ xin được viết từ tâm thức của một người Mẹ, người vợ, người con, người chị, người yêu hoặc là người em gái của một người lính tác chiến.

Từ vị thế của người vợ, những lần được tháp tùng các cuộc hành quân hỗn hợp của Hải Quân V.N.C.H. – để viết tường thuật – tôi đã thấy và cảm nhận được sự hy sinh cũng như nỗi đau trong lòng người lính Mỹ khi phải xa quê hương để dấn thân vào cuộc chiến mà chính họ không hiểu được lý do!

Lần đầu tiên tôi thấy người Mỹ – Hải Quân đại úy Graham, cố vấn trưởng của Duyên Khu II – đổ máu trên chiến trường Việt Nam là năm 1964, tại Vĩnh Hy, Cam Ranh. Thời điểm đó, Hải Quân trung úy Hồ Quang Minh (Bố của các con tôi) là Chỉ Huy Trưởng Duyên Đoàn 26, hậu cứ tại Bình Ba, vịnh Cam Ranh.

Lần thứ hai, khi Minh chỉ huy Giang Đoàn 30 Xung Phong (G.Đ.30X.P.), tham dự hành quân dài hạn Tam Giác Sắt. Cố vấn của G.Đ.30X.P. – Hải Quân trung úy Martin – bị thương nặng, trên chiếc Command.

Lần thứ ba, Hải Quân đại úy Blust – cố vấn của Giang Đoàn 26 Xung Phong, hậu cứ tại Long Xuyên – bị Việt cộng "bắn sẻ" trên chiếc Command, trong lúc Minh chỉ huy đoàn chiến đỉnh giang hành trên kinh Trèm Trẹm, để tiếp cứu đồn thứ Chín.

Lần thứ tư, tại xã Hộ Phòng, quận Gia Rai, cũng thời điểm Minh chỉ huy G.Đ.26X.P.. Trên con kinh đào rất hẹp, Hải Quân đại úy Taylor – cố vấn của G.Đ.26X.P. – bị thương vì Việt cộng bắn B-40 vào chiếc Command.

Lần thứ năm, tại Kinh Ngang, Minh là Chỉ Huy Trưởng Liên Đoàn V Tuần Thám. Khi đoàn PBR – Patrol Boat Riverine, khinh tốc đỉnh – đến khúc cua ngặt, bị B-40/B41 của Việt cộng bắn xối xả. Một B-41 xuyên qua khinh tốc đỉnh chỉ huy. Minh và cố vấn

Gronados đều bị thương.

Đối với tôi, cảnh lửa đạn trên sông hoặc dọc bờ sông, vào ban đêm, mang nặng tính chất hào hùng và bi thảm. Nhưng, hình ảnh và tiếng hát nghẹn ngào của Hải Quân đại úy Ashmore – thay thế cố vấn Blust, G.Đ.26X.P. – nơi mũi chiếc Command vào một đêm trăng, trên sông Cái Lớn, lại cho tôi hiểu thế nào là thương nhớ, thế nào là cô đơn, thế nào là bơ vơ, lạc lõng của một người lính chiến phải xa quê hương cả nửa vòng trái đất!

Gần nửa thế kỷ qua, không thể nào tôi nhớ được tựa đề của ca khúc mà Ashmore thường hát trên những dòng sông nhuộm máu. Nhưng giọng hát đầy u uẩn và bóng dáng đơn độc của Ashmore nơi mũi chiếc Command thì mãi hoài đọng lại trong hồn tôi!

Mỗi khi nhớ lại giọng hát và hình ảnh của Ashmore, tôi tự hỏi: Từ khi tôi được sinh ra cho đến bây giờ, biết bao nhiêu ngàn lính Mỹ đã "rơi" vào tình cảnh bơ vơ, lạc lõng sau mỗi trận chiến – nếu họ may mắn còn sống? Biết bao nhiêu ngàn lính Mỹ bị tàn tật? Biết bao nhiêu ngàn lính Mỹ đã bị "mất xác"?

Nhắc đến người lính Mỹ bị "mất xác", tôi xin trích một phân đoạn từ tùy bút Tạ Ơn Mảnh Đất Này, của Điệp Mỹ Linh, có liên quan đến sự "trở về" của First Lieutenant Paul Magers!

"... Paul Magers chết khi chàng chỉ 25 tuổi và mới đến Việt-Nam chỉ có hai tuần! Paul biết quê tôi chỉ có hai tuần nhưng thân xác của Paul thì "ở lại" đó đến gần 40 năm! Trong ảnh, nụ cười của Paul rất rạng rỡ, vô tư. Nụ cười đó mà biết hận thù ai! Ánh mắt đó mà muốn bắn giết ai! Bởi vậy mới có một chiến binh Hoa Kỳ – James Lenihan – trong trận Thế Giới Đại Chiến II, đã bắn kẻ thù xong thì gục đầu bên xác kẻ thù mà khóc:

I shot a man yesterday
And much to my surprise,
The strangest thing happened to me
I began to cry.

He was so young, so very young
And Fear was in his eyes.
He had left his home in Germany
And came to Holland to die
......
I knelt beside him
And held his hand
I begged his forgiveness
Did he understand?

It was the War
And he was the enemy
If I hadn't shot him

He would have shot me.

I saw he was dying
And I called him "Brother"
But he gasped out one word
And that word was "Mother."... (1) (Hết trích)

Kể từ Thế Giới Đại Chiến thứ II, theo tài liệu trên internet, số thương vong – không kể thương binh – của lính Mỹ trên thế giới là:

- Thế Chiến Thứ II: 461,800.
- Việt Nam: 58,220.
- Iraq: 4, 431.
- Afghanistan: 2,376.
- Triều Tiên: Chưa được ghi nhận.
- Bị bệnh Posttraumatic stress disorder (PTSD): Chưa được kiểm chứng.
- Tự tử sau mỗi cuộc chiến: Chưa được phổ biến.

Một đất nước – the United States of America (USA) – đã đóng góp cho thế giới Tự Do bao nhiêu nhân sự và xương máu, chưa kể tài chánh, quân trạng, quân dụng, khí giới, v.v... mà mỗi lần USA rút quân khỏi một nước nào thì USA cũng đều bị "lên án", như "đâm sau lưng đồng minh", "tháo chạy", "bội ước", "phản bội", v.v...

Thế c.s.V.N. bội ước, xâm phạm bao nhiêu Hiệp Ước ngưng bắn trong cuộc chiến 21 năm trên Quê Hương tôi, để cuối cùng cưỡng chiếm miền Nam Việt Nam, đã ai thẳng thắn, mạnh dạng lên án c.s.V.N. chưa?

Chưa!

Điều cay đắng và mỉa mai nhất là: Mỗi lần Hoa Kỳ "phản bội", "tháo chạy", "bội ước" một nước nào thì chính người lính Mỹ cũng phải canh gác, giữ trật tự, an ninh – nhiều khi phải chết vì những nhiệm vụ sau cùng này, như sáng 26 tháng 08 năm 2021, tại phi trường Kabul – chỉ với mục đích đem được càng nhiều dân địa phương càng tốt về Mỹ để...nuôi, làm người tỵ nạn!

Biết bao nhiêu con cháu của các sắc dân tỵ nạn tại Mỹ đã thành công vượt bực trên nhiều lãnh vực, trong mọi địa hạc; thế mà đã có tổ chức nào của người tỵ nạn thành lập Hội Giúp Đỡ hoặc biết ơn Thương Binh và tử sĩ Hoa Kỳ chưa?

Chưa!

Người lính Mỹ, trong nhân dáng hiên ngang, với những bước chân chắc nịch, đôi mắt nhìn thẳng và kỹ thuật tác chiến tuyệt vời. Nhưng người lính Mỹ cũng có trái tim biết rung động, biết nhớ thương, biết đau khổ như bạn và tôi. Xin đừng "thần thánh hóa" hoặc đòi hỏi những điều mà người lính Mỹ không thể thực hiện được; vì người lính Mỹ còn phải chu toàn bổn phận đối với người hôn phối, gia đình và người thân.

Xin hãy nghĩ đến những trái tim tan vỡ trong mỗi gia đình, khi một người lính Mỹ gục ngã!

Tôi quan niệm, người Mỹ chỉ như người láng giềng tốt bụng. Khi bạn bị té ngoài sân, người láng giềng tốt bụng đó chỉ có thể đỡ bạn dậy, gọi 911 rồi an ủi, phủi bùn đất cho bạn. Thế là bạn may mắn rồi! Đừng buồn trách khi người láng giềng đó không ở lại đàn hát cho bạn nghe trong thời gian bạn dưỡng thương!

Nhưng, khi gia đình bạn nuôi một con thú bất trị, chuyên phá phách trong nhà/ sân vườn của bạn/của làng xóm – có khi cắn người thân của người láng giềng tốt bụng – thì người láng giềng tốt bụng đó sẽ không ngại ngùng gì mà không kiện bạn hoặc giết con thú bất trị của bạn.

Sau đó, người láng giềng đó có thể chỉ dẫn cho bạn cách thức làm vườn, trồng những loại hoa đẹp. Thế thôi! Bạn không thể buộc người láng giềng đó phải tự tay chăm sóc vườn hoa cho bạn hoặc "đền" cho bạn con thú khác!

Để kết thúc bài viết, tôi xin mượn lời của một cựu quân nhân Mỹ từng tham chiến tại Iraq.

Veterans Club Founder and CEO Jeremy Harrell, an Army veteran who served in Iraq, said: "I think that's a really good idea. I'm glad President Biden is keeping President Trump's idea to bring troops home and to get folks out of Afghanistan." Link: https://www.wave3.com/2021/04/15/its-time-come-home-kentucky-afghan-iraq-war-veterans-react-us-troop-withdrawal/

1.-*Washington (CNN) -- What does it feel like to kill a man? James Lenihan of Brooklyn knew. He fought in Europe in World War II and he killed a German soldier during a battle in Holland.*

HUẾ "CỦA NGOẠI"

*

Đọc xong bản tin trên RFA về trận lũ lụt tại thủy điện Rào Trăng 3, thuộc Hương Điền, Hương Khê, Thừa Thiên, tôi lặng người trong nỗi xót xa vô vàn! Không xót xa sao được khi mà Huế "của Ngoại" tôi – thuộc tỉnh Thừa Thiên – cũng chìm sâu trong biển nước!

Không nói được tiếng Huế, nhưng tôi đã âm thầm thương yêu Huế từ khi tôi vừa bắt đầu học đánh vần – nhờ giọng nói dịu dàng, thiết tha của bà Ngoại và Má tôi.

Là đứa cháu đầu tiên của bà Ngoại cho nên tôi được Ngoại cưng lắm. Biết được cưng, chìu, lúc nào tôi cũng nhõng nhẽo với Ngoại. Khi nào sự nhõng nhẽo của tôi "vượt quá giới hạn", bị Ba Má tôi la rầy, tôi cũng thụng mặt, môi trề ra, nước mắt rưng rưng nhìn Ngoại. Ngoại vỗ về tôi rồi lén Ba Má tôi, giúp tôi có được những gì tôi muốn. Giúp tôi xong, thấy tôi vừa quẹt nước mắt vừa cười "toe toét", Ngoại dí nhẹ ngón tay trỏ vào trán tôi vừa cười vừa "mắng":

- Cại mặt mi là cại mặt "tò vè"!

- Mặt "tò vè" là cái mặt chi mà Ngoại cứ nói với con hoài vậy?

- Cái mặt "tò vè" là cái mặt "tò vè" chứ có chi mô mà không hiểu.

Tôi hỏi Ba Má tôi về hai tiếng "tò vè", Ba Má tôi không biết; vậy là tôi nghĩ Ngoại rất thông minh, có vốn ngữ vựng riêng.

Khi tôi hơn mười tuổi, thấy Ba tôi bắt đầu dạy tôi học nhạc, Ngoại dặn dò:

- Con học đờn thì học mà lớn lên con không được "làm" ca sĩ, nhạc sĩ, nghe chưa?

- Con thích "làm" ca sĩ mà!

- Không được mô! Ba Mạ mi mà cho mi "làm" ca sĩ là tau từ Ba Mạ mi liền.

Ba tôi cười:

- Mạ đừng lo! Không bao giờ con để con của con trở thành nghệ sĩ chuyên nghiệp đâu!

Khi tôi trở thành thiếu nữ, được nhiều thanh niên để ý, Ngoại dặn dò Ba Má tôi:

- Gả hắn cho ai thì gả, đừng gả hắn cho người Huế, nghe!

Tôi ngạc nhiên:

- Ngoại là người Huế mà tại sao Ngoại không thích người Huế?

- Ai nói với mi tau không ưa người Huế? Con nhỏ ni nói chuyện nghe "dị òm"!

Tôi lại nghĩ hai tiếng "dị òm" là từ ngữ riêng của Ngoại. Tôi hỏi:

- Nếu Ngoại thương người Huế tại sao Ngoại không muốn con lấy chồng người Huế?

- Ui chao, con nhỏ ni dại "dễ sợ"! Lấy chồng Huế mi phải làm dâu bà già chồng người Huế chanh chua mà còn bị mấy "ông chú mụ o" nhọn mồm xỉa xói nữa. Biết chưa?

Người Việt có câu: "Ghét của nào Trời trao của đó", quả thật ứng nghiệm vào đời tôi. Chồng tôi – Minh – người Huế.

Sau đám cưới, Minh đưa tôi về Huế để "ra mắt" họ

hàng bên chồng.

Hôm đãi họ hàng tại nhà, thấy tôi mặc áo dài, sẵn sàng "ra mắt" họ hàng, Bố của Minh gọi tôi đến. Với tâm trạng rất ngại ngùng và lo sợ, tôi vừa nghĩ đến lời "cảnh báo" của Ngoại vừa bước về phía Bố vừa nhìn Minh rất nhanh, như "cầu cứu". Không ngờ, khi tôi đến cạnh, Bố cười, hỏi:

- Răng con không trang điểm?

- Dạ, Ba Má con không cho con trang điểm. Con quen rồi.

- Không được! Con có chồng rồi, con nên trang điểm phơn phớt thôi, cho ra vẻ thiếu phụ.

Tôi đang "ngớ" ra thì Mạ của Minh vào phòng, lấy thỏi son của Mạ, đưa cho tôi, bảo:

- Con dùng thử màu ni coi có hợp hay không; nếu không hợp, con nói Minh đưa con ra tiệm gần nhà mua màu khác, con hỉ! Mau đi kẻo khách tới chừ!

Hết nhìn Mạ rồi nhìn Minh, tôi tự hỏi: "Bà Mẹ chồng Huế như vầy mà chanh chua cái nỗi gì!"

Những ngày sau đó Minh dùng Vespa của người em, đưa tôi đi khắp mọi ngõ ngách của Huế. Huế xưa hơn tuổi đời của Ngoại rất nhiều. Huế trầm mặc, thanh lịch như vóc dáng cao sang, đài các của Má tôi. Huế êm đềm, tĩnh lặng như mặt Hồ Xuân Hương, Dalat – nơi tôi chào đời. Huế có sức quyến rũ âm thầm nhưng mãnh liệt mới có thể chinh phục được người có cá tính cứng rắn như tôi.

Nếu George Cory và Douglass Cross đã để lại trái tim tại thành phố San Francisco – bằng ca khúc "I Left My Heart in San Francisco" – thì tình thương tôi dành cho Huế cũng không khác chi tình thương tôi dành cho Ngoại và Má tôi.

Vì đã dành cho Huế lòng thương yêu cao vời và thiêng liêng như vậy, cho nên, Tết Mậu Thân – năm 1968 – nghe tin Huế bị cộng sản Việt Nam (csVN) xé Hiệp Ước đình chiến, xua quân về tàn sát người dân và phá tan di tích lịch sử, Ngoại khóc, tôi khóc theo. Ngoại bảo Ba Má tôi mua vé xe lửa cho Ngoại về thăm Huế, Má tôi cản:

- Về mần chi? Gia đình mình còn ai ngoài nớ nữa mô mà Mạ đòi về?

- Khổ chi lạ! Không còn người sống thì còn người chết! Mạ phải về vì nghe nói "tụi hắn" – Việt cộng & csVN – giết cả mấy ngàn người, không có chỗ chôn. Mạ phải về để "chịu tang chung" với Huế, con ơi!

- Mạ về ngoài nớ, thấy Huế tang thương, đổ nát, Mạ khổ thêm chứ Mạ làm được cái chi mà đòi về?

Ngoại trả lời không được, đành nhổ nước cốt trầu vào "ống nhổ", rồi khóc!

Khi Minh và tôi đem các cháu đến gửi, nhờ Ngoại và Má tôi trông giùm để Minh và tôi về Huế đưa Mạ và các em của Minh vào Saigon – thời điểm đó Bố của Minh không còn nữa – Ngoại thủ thỉ với tôi:

- Con! Nghe nói "tụi hắn" biến Huế thành bình địa rồi, Ngoại đau lòng quá, chỉ muốn về, khóc với Huế "của Ngoại" một lần rồi có... chết Ngoại cũng cam lòng! Con nói Ba Mạ con cho Ngoại về thăm Huế "của Ngoại" đi, con!

Ngoại, Minh và tôi về Huế bằng đường hàng không; vì Ba Má tôi ngại, nếu chúng tôi đi xe lửa, nhỡ xe lửa bị Việt cộng chặn thì sẽ nguy hiểm cho Minh.

******

Huế "của Ngoại" tan hoang, đổ nát, chỉ còn hằng hà sa số ngôi mộ mới chôn và rất nhiều ngôi mộ tập thể cùng nước mắt và tiếng oán than thấu Trời!

Sự tan thương của Huế gợi lại trong hồn tôi hình ảnh những ngôi đình làng – tại Sơn Tịnh, Quảng Ngãi – bị bộ đội cụ Hồ đập phá; vì Việt Minh & csVN kết tội chùa, đình làng là biểu tượng của phong kiến. Nhiều mái tranh phựt cháy vì bị Việt Minh đốt. Rất nhiều người dân bị đuổi ra khỏi nhà để bộ đội cụ Hồ giật sập nhà, thực hiện chính sách "bần cùng hóa nhân dân" và "tiêu thổ kháng chiến" do đảng csVN chủ xướng, trong thời kỳ Ba tôi đảm nhận chức vụ Trưởng Đoàn Văn Nghệ Liên Khu V. Thế mà, sau khi chính Việt Minh đốt phá xóm làng, người dân và trẻ em trong làng Sơn Tịnh phải "học tập" để nghe cán bộ tuyên truyền một cách xảo trá rằng: Thực dân Pháp đã càn quét, bắn phá, đốt cháy xóm làng!

Chính sự xảo trá này của Việt Minh/csVN là động lực chính thúc đẩy Ba tôi – cũng như nhiều trí thức miền Nam – ly khai Việt Minh, trở về "vùng bị chiếm".

Từ ngày trở về "vùng bị chiếm", tôi cứ tưởng chiến tranh và bom đạn đã rời xa tôi; nhưng không! Theo Wikipedia – được csVN tài trợ và chi phối – đã xác định: "...2 giờ 33 phút ngày 30-1-1968, **pháo binh Quân giải phóng đồng loạt bắn phá các mục tiêu địch** *ở* khu Tam giác, khu Phan Sào Nam, Phú Bài, Đông Toàn, Đông Ba, **mở đầu cho tổng tiến công vào Nội đô Huế**. Sau loạt pháo mở màn, lực lượng quân Giải phóng trên hai hướng cùng lúc đánh vào 40 mục tiêu trong và ngoại thành Huế..."

Đấy, đoạn văn trích dẫn từ Wikipedia đã xác định một cách rõ ràng: "...pháo binh Quân giải phóng đồng loạt bắn phá các mục tiêu địch {...} mở đầu cho tổng tiến công vào Nội đô Huế..." Thế thì Việt Nam Cộng Hòa (VNCH) hay csVN xâm phạm Hiệp Định ngưng chiến Tết Mậu Thân? Thế mà câu tiếp theo, Wikipedia lại đổ tội cho Mỹ: "... Theo thống kê, sau 25 ngày chiến sự, 80% nhà cửa ở Huế đã bị bom đạn Mỹ phá hủy, hàng ngàn thường dân cũng chết trong các cuộc giao tranh.[10]"

Bằng vào thời gian dài tháp tùng nhiều cuộc hành quân hỗn hợp trên sông rạch, tôi được biết chính xác: Cùng với chiến thuật "biển người" đã được csVN thực hiện từ thời Điện Biên Phủ, Việt cộng & csVN thường áp dụng chiến thuật "tiền pháo hậu xung" – như csVN & Việt cộng đã áp dụng tại Huế năm Mậu Thân: Pháo kích ào ạc trước rồi mới tấn công – và chiến thuật "xa luân chiến". Thế thì ba chiến thuật dã man này và mã tấu của Viêt cộng & csVN không có hiệu năng giết người hằng loạt và gây hỏa hoạn hay sao mà Wikipedia chỉ đổ tội cho bom đạn của Mỹ, trong trận Tết Mậu Thân?

Năm Mậu Thân, thấy Huế "của Ngoại" tiêu điều, xơ xác bao nhiêu tôi càng thương nhớ và luyến tiếc nét mỹ miều, diễm lệ của Huế dạo tôi về "ra mắt" nhà chồng bấy nhiêu! Tim tôi thắt lại, chỉ biết âm thầm quẹt nước mắt. Mắt của Minh cũng đỏ rực! Đó là lần đầu tiên tôi thấy Minh – một sĩ quan rất "ba gai" – không thể đè nén được niềm xúc động! Riêng Ngoại, sau khi nghe nhiều nạn nhân ở Huế kể lại, Ngoại khóc ròng!

- Chao ơi! Nghiệt chi mà nghiệt dữ ri, Trời! Bộ đội ông Hồ "đổ vạ" là "thằng" Tây, "thằng" Mỹ đô hộ nước mình; rứa mà từ khi Cha sinh Mạ đẻ đến chừ có khi mô Ngoại thấy "thằng" Tây, "thằng" Mỹ kéo quân về giết hại dân mình như bộ đội ông Hồ xua quân về đánh khắp miền Nam rồi chém giết mọi người trong thành phố Huế như lần ni! Trời ơi là Trời! Huế "của Ngoại" mô rồi? Huế "của Ngoại" không còn nữa thì Ngoại sống mần chi, con ơi!

Tôi chỉ im lặng, khóc!

Năm 1995, tôi về Việt Nam thăm Mạ của Minh đang bệnh. Khi về kinh tế mới thăm gia đình, thấy Ngoại, tôi khóc! Ngoại ốm tong ốm teo, già quắt già queo. Ba và các em trai của tôi đi "cải tạo?" về đều bị bệnh, sức khỏe sa sút nhiều, không thể lao động mưu sinh; tiền tôi gửi về giúp chưa đủ chữa bệnh cho Ba và các em trai của tôi. Má tôi không có tiền mua trầu cho Ngoại; chỉ mua được vài trái cau khô. Ngoại nhai vỏ cau khô cho đỡ thèm! Tôi hỏi:

- Ngoại muốn về thăm Huế không, con đưa Ngoại đi?

- Huế "của Ngoại" còn chi nữa mà về! Chừ Huế, Đà Nẵng là của Tàu rồi! Ra đường chỉ nghe tiếng Tàu chứ có tiếng Huế mô nữa mà thăm, con!

Nhớ lại lời than của Ngoại, tôi buồn quá, vào

Google tìm tin tức về Huế để xem Huế "của Ngoại" thay đổi như thế nào. Tôi chỉ thấy đa số báo online đều viết về trận lũ lụt tại Huế "của Ngoại".

Tôi biết, Huế "của Ngoại" mỗi năm thường bị lụt lội. Nhưng từ thời Pháp thuộc rồi Mỹ "đô hộ" Việt Nam cho đến năm 1975 tôi chưa hề thấy Huế "của Ngoại" chìm sâu trong biển nước hãi hùng và các thành phố lân cận khác thì núi đồi sạc lỡ, chôn vùi dân cư và chôn luôn – ông Nguyễn văn Man – thiếu tướng csVN!

Nhưng, từ sau khi csVN cưỡng chiếm miền Nam thì những cơn lũ lụt kinh hoàng tiếp tục giáng xuống Huế và các tỉnh lân cận mỗi năm một tệ hại hơn. Tôi tự hỏi, có phải vì môi trường thay đổi cho nên Huế "của Ngoại" cũng bị ảnh hưởng hay không? Tôi nghĩ, có thể đúng phần nào; còn phần không đúng thì do đâu?

Vào Google tìm hiểu, tôi đọc được trên vietnambiz.vn – số ra ngày 06/01/2020 lúc 14:01 – bản tin này: "Vượt mặt nhiều ngành hàng, năm 2019, xuất khẩu gỗ và sản phẩm gỗ đạt mức cao nhất trong lịch sử."

Và đây là bản tin trên Tuổi Trẻ online, ngày 15/05/2020 lúc 13:28GMT+7 "Xuất khẩu gỗ: Hàng ngàn container hàng bị tồn tại các cảng biển.{...} Từ giữa tháng 3 đến nay, các thị trường nhập khẩu đồ gỗ quan trọng của Việt Nam bị đình trệ, trong đó có Mỹ vốn chiếm 50% tổng giá trị xuất khẩu của ngành gỗ

Việt và EU chiếm 10%."

Không một tờ báo nào trong nước dám viết bất cứ điều gì về những dinh thự "hoành tráng" – thuộc "quyền sở hữu" của đảng viên đảng csVN, "đại gia" hay là của người từ Trung cộng sang – mà "nội thất" "khủng" của những dinh thự đó được trang hoàng bằng gỗ quý từ rừng núi Việt Nam.

Những ai sống ở Mỹ, từng du lịch Âu Châu, Trung cộng hoặc Nam Mỹ – từ phi cơ nhìn xuống – đều thấy núi rừng ở Mỹ cũng như Âu Châu, Trung cộng hoặc Nam Mỹ xanh bạt ngàn và kéo dài đến vô tận. Thế thì tại sao Mỹ, Âu Châu, Trung cộng và Nam Mỹ không chặt cây rừng của họ để bán hoặc dùng vào kỹ nghệ mà Mỹ, Trung cộng và Âu Châu lại mua gỗ của Việt Nam?

Còn Việt Nam, cả dãy Trường Sơn của Việt Nam – nơi từng che chở, bảo bọc cho đoàn quân csVN khát máu và man rợ – so với núi rừng bao la của Mỹ, Nam Mỹ, Trung cộng hoặc Âu Châu thì thấm vào đâu mà csVN lại xuất cảng sang Mỹ và Âu Châu số lượng gỗ cao đến như thế? Đã thế, thủ tướng Việt Nam Nguyễn Xuân Phúc còn gián tiếp cổ xúy cho hành động tàn phá núi rừng Việt Nam bằng câu này: "Việt Nam phải trở thành một trong các trung tâm sản xuất đồ gỗ của thế giới." (Báo Lao Động – LĐO, ngày 08/08/2018.)

Tôi không muốn phân tích ý đồ của ông Nguyễn Xuân Phúc khi ông cổ xúy phá rừng Việt Nam. Nhưng tôi muốn khẳng định rằng: Chặt cây, phá rừng là một trong những nguyên nhân chính của những trận lũ lụt kinh hoàng tàn phá đồng bằng – trong đó có Huế "của Ngoại" tôi.

Sau khi đưa dân tộc Việt Nam vào hai cuộc chiến tàn khốc để thiu rụi mấy triệu người Việt – và đẩy ra biển cả mấy trăm ngàn người Việt – đảng và người csVN "hãnh tiến" trên hoan lộ và "ngủ quên" trong những kho vàng!

Thời Việt Nam Cộng Hòa, Ngoại tôi – một phụ nữ già yếu – nghe Huế bị hoạn nạn, chỉ muốn được về để "chịu tang chung" với Huế.

Bây giờ, Huế và miền Trung nước ngập đến mái nhà mà người dân vẫn chưa hề thấy bóng dáng cấp lãnh đạo csVN nào cả! Tại sao?

Tại vì ông Nguyễn Phú Trọng bận tham dự lễ thăng "quân hàm" và tặng hoa cho Thứ Trưởng Bộ Quốc Phòng Hoàng Xuân Chiến và Phó Tổng Tham mưu trưởng Quân đội nhân dân Việt Nam Lê Huy Vịnh! (Tuổi Trẻ online, 16-10-2020 lúc 14:31GMT+7). Và 50 đảng bộ trực thuộc trung ương bận tổ chức thành công đại hội nhiệm kỳ 2020-2025. (Theo Ban Nội Chính Trung Ương, 19-10-2020, lúc 16:18GMT+7).

Viết đến đây, tôi thấy bản tin của Minh Long, trên báo Trithuc VN, ngày 22 tháng 10-2020 câu này: "... Tổng cục Lâm nghiệp Việt Nam đã chỉ ra trong 4 năm từ 2016-2019, diện tích rừng bị thiệt hại đã lên tới 7.283ha (trung bình mỗi năm mất 2.430ha rừng)."

Thế mà, cũng trong bản tin của Minh Long, cùng ngày, trên TrithucVN, *ông Nguyễn Quốc Trị – Tổng Cục trưởng Tổng cục Lâm nghiệp – khẳng định: "Nói lũ lụt ở miền Trung do phá rừng là không đúng"*.

Hỡi người csVN, ông Nguyễn Xuân Phúc và ông Nguyễn Quốc Trị! Hãy thức tỉnh, nhờ con cháu dịch câu này: "A nation that destroys its soils destroys itself. Forests are the lungs of our land, purifying the air and giving fresh strength to our people" – của Franklin D. Roosevelt, vị Tổng Thống thứ 32 của Hiệp Chủng Quốc Hoa Kỳ – để hiểu và nhận thức được hậu quả tàn khốc của những gì mà người csVN đã, đang áp đặt và thực hiện trên quê hương Việt Nam và Huế "của Ngoại" tôi!

* Hình của Huy Nguyên trên BBC - 22 tháng 10-2020

TRUNG SĨ NICOLE GEE

PHỤ NỮ TRUNG ĐÔNG - THIẾU NỮ VIỆT NAM

Trước khi cuộc rút quân tại Afghanistan chấm dứt, nhiều phương tiện truyền thông đưa ra hình ảnh rất nhân ái của một nữ trung sĩ Thủy Quân Lục Chiến (TQLC) Hoa Kỳ, trong giai đoạn kết thúc cuộc chiến tại Afghanistan.

Tôi muốn đề cập đến tấm hình của nữ trung sĩ TQLC Nicole Gee – với cử chỉ đầy thương yêu như người Mẹ – đang bế và dỗ cho em bé tỵ nạn bớt sợ hãi, tại phi trường Kabul, Afghanistan. Tấm ảnh này được chính Nicole Gee chuyển về cho gia đình của Cô, tại Hoa Kỳ, với dòng chữ *"I love my job"*.

Tấm ảnh này không ghi ngày, nhưng được trang twitter của US Department of Defense đăng, Aug. 20/2021.

Không ngờ, Aug. 28/2021, trung sĩ Nicole Gee – 23

tuổi, thuộc 24th Marine Expeditionary Unit và cũng là cư dân của thành phố Sacramento, Calif., cùng với 12 quân nhân Hoa Kỳ khác – bị tử thương trong vụ nổ bom tự sát do Islamic State in Khorasan Province, ISKP (ISIS–K) thực hiện!

Trong số 13 quân nhân Hoa Kỳ bị tử thương tại phi trường Kabul, không phải chỉ có Nicole Gee là nữ quân nhân mà còn có nữ Trung sĩ TQLC Johanny Rosario Pichardo, 25 tuổi, cư dân Lawrence, Massachusetts. Nữ Trung sĩ Rosario served with the Naval Amphibious Force, Task Force 51/5th Marine Expeditionary Brigade.

Theo tin bổ túc của Zach Hester trên News19 đăng, Aug. 28, 2021 lúc 03:51 chiều CDT thì: Danh tính của 13 quân nhân Hoa Kỳ bị tử thương trong cuộc đánh bom tự sát ở phi trường Kabul, tai Afghanistan – được The U.S. Department of Defense (DOD) công bố – gồm có:

• Marine Corps Staff Sgt. Darin T. Hoover, 31, of Salt Lake City, Utah.

• Marine Corps Sgt. Johanny Rosariopichardo, 25, of Lawrence, Mass.

• Marine Corps Sgt. Nicole L. Gee, 23, of

Sacramento, Calif.

• Marine Corps Cpl. Hunter Lopez, 22, of Indio, Calif.

• Marine Corps Cpl. Daegan W. Page, 23, of Omaha, Neb.

• Marine Corps Cpl. Humberto A. Sanchez, 22, of Logansport, Ind.

• Marine Corps Lance Cpl. David L. Espinoza, 20, of Rio Bravo, Texas

• Marine Corps Lance Cpl. Jared M. Schmitz, 20, of St. Charles, Mo.

• Marine Corps Lance Cpl. Rylee J. McCollum, 20, of Jackson, Wyo.

• Marine Corps Lance Cpl. Dylan R. Merola, 20, of Rancho Cucamonga, Calif.

• Marine Corps Lance Cpl. Kareem M. Nikoui, 20, of Norco, Calif.

• Navy Hospitalman Maxton W. Soviak, 22, of Berlin Heights, Ohio

• Army Staff Sgt. Ryan C. Knauss, 23, of Corryton, Tenn.

Theo báo cáo của The Associated Press, 169 Afghans cũng tử thương trong vụ nổ bom tự sát này.

Điều đáng buồn hơn nữa là trong danh sách 13 quân nhân Hoa Kỳ bị tử thương tại phi trường Kabul có 05 quân nhân chỉ mới 20 tuổi. Khi New York bị ISIS tấn công, Sept/11/2001, đưa đến việc Hoa Kỳ đưa quân vào Afghanistan, 05 quân nhân này chưa được sinh ra hoặc chỉ còn là em bé!

Nữ quân nhân Hoa Kỳ – cũng như nữ quân nhân Việt Nam Cộng Hòa (VNCH) – chỉ phụ trách việc văn phòng, tiếp liệu, ý tế, tâm lý chiến chứ không được trực tiếp tham chiến tại mặt trận.

Theo cựu Trung tá TQLC Kate Germano, khi cuộc chiến tại Afghanistan bùng nổ – October/07/2001, với chiến dịch "Enduring Freedom" do Tổng Thống Hoa Kỳ George W Bush ký sắc lệnh, sau khi Taliban từ chối giao nộp mastermind Osama bin Laden's al Qaida organization – nữ quân nhân Hoa Kỳ cũng không được phép thực hiện công tác tại cổng gác.

Nhưng, khi cuộc rút quân tại Afghanistan bắt đầu, nhận thấy việc kiểm soát phụ nữ và trẻ em tại sân bay sẽ gặp nhiều trở ngại – vì phong tục và văn hóa dị biệt – nữ Trung sĩ Nicole Gee và nữ Trung sĩ Johanny Rosario Pichardo tình nguyện nhận lãnh phần việc giúp đỡ và kiểm soát phụ nữ cũng như trẻ em Afghans đi qua cổng gác.

Không ngờ, hành động thiện nguyện của hai nữ trung sĩ TQLC Hoa Kỳ này lại đưa đến kết quả quá thảm khốc và đau thương!

Bên cạnh sự cảm phục dành cho nữ quân nhân Hoa Kỳ cũng như nữ quân nhân VNCH và nữ quân nhân các nước Âu Tây, tâm hồn tôi lại âm thầm xót xa khi nghĩ đến thân phận phụ nữ thiếu may mắn ở Trung Đông; bởi vì, tại 18 nước bên Trung Đông, phụ nữ bị thiệt thòi rất nhiều, về mọi phương diện.

Vì thế, khi đọc bản tin bổ túc của The Associated Press, Aug./17/2021, lúc 12:15PM ET, tôi thầm vui, vì câu này: *"A Taliban spokesman promised Tuesday that the insurgents who overran Afghanistan in recent days would respect women's rights and would not exact revenge..."* Niềm vui trong tôi vừa đến, chợt tan biến, khi tôi đọc câu kế tiếp: *"Mujahid promised the Taliban would honor women's rights, but within the norms of Islamic law {...} He promised the insurgents would secure Afghanistan — but seek no revenge against those who worked with the former government or with foreign governments or forces..."*

Tự dưng tôi cảm thấy hoài nghi và rồi hệ quả khóc

hờn của những lời kêu gọi xảo trá do cộng sản Việt Nam (csVN) lập mưu để "lừa" tất cả thành phần ưu tú của miền Nam Việt Nam – không thể chạy thoát trước khi csVN cưỡng chiếm miền Nam Việt Nam – vào tù, sau 30/04/1975, lại bừng sống trong hồn tôi!

Sau giây phút xúc động, tôi bình tâm và nhận ra rằng: Người csVN không những ác độc với phụ nữ miền Nam mà trong cuộc chiến, 1954–1975, người csVN cũng đã hành xử tàn ác và man rợ đối với ngay cả phụ nữ và thiếu nữ miền Bắc Việt Nam rồi!

Thật vậy! Suốt cuộc chiến, từ 1954 đến 1975, do csVN xâm phạm Hiệp Định ngưng chiến, đưa quân xẻ Trường Sơn xâm lăng miền Nam, nếu bao nhiêu ngàn trái tim của phụ nữ miền Bắc đã nát tan theo từng bước chân của người thân trong đoàn quân csVN tham tàn và háo chiến trên đường mòn Hồ Chí Minh thì phụ nữ miền Nam cũng chịu nhiều đau thương, mất mát vì người thân gục ngã trong những cuộc cường tập do csVN gây nên!

Trong khi thiếu nữ miền Nam Việt Nam – nhờ sự hy sinh vô bờ của người Lính VNCH – vẫn được sống trong thanh bình, được cắp sách đến trường, thì, không biết bao nhiêu ngàn thiếu nữ miền Bắc Việt Nam bị csVN buộc phải theo đoàn quân csVN khát máu, xẻ dọc Trường Sơn để thực hiện những công tác nặng nhọc như tải đạn, tải nhu yếu phẩm, tải nhiên liệu, lái xe vận tải, hộ lý, v.v. đề được làm anh hùng! Trên thế giới, chỉ có những kẻ tàn ác và không có lòng nhân đạo – như người csVN – mới dùng hai chữ "anh hùng" để chiêu dụ, phỉnh gạt những em bé chỉ hơn 10 tuổi vào quân đội. Đây là bằng chứng do chính csVN phổ biến:

1. Phó Tổng tham mưu trưởng Quân Đội Nhân Dân csVN Nguyễn Trung Thu, vị tướng đánh giặc từ thuở lên 10. {...} 10 tuổi, Trung Thu đã tự chế mìn, lựu đạn, vũ khí đánh địch theo chiến thuật du kích. {...} Cậu bé quyết định mang 05 quả mìn bỏ vào bao mang đi gài địch.

Link: https://vietnamnet.vn/vn/thoi-su/vi-tuong-danh-giac-tu-thuo-len-10-103503.html

2. Nguyễn Thị Ánh Thu, năm 14 tuổi, đã tình nguyện tham gia từ công tác giao liên, du kích xã rồi làm chỉ huy xã đội Song Thuận... Link: https://vov.vn/xa-hoi/huyen-thoai-ve-nu-anh-hung-tieu-diet-tren-100-linh-my-nguy-461262.vov

3. Cao Thị Hương, 15 tuổi, nữ du kích đầu tiên bắn rơi máy bay Mỹ trên đất Củ Chi bằng súng bá đỏ (loại súng trường lên đạn từng viên). Chú thích này là của

LĐ – Số 63 Lê Tuyết – 11:24 AM, 20/03/2015, trên báo Lao Động.

Link: http://tamlongvang.laodong.com.vn/phong-su/huyen-thoai-ban-roi-may-bay-my-bang-sung-ba-do-306675.bld

Vận tốc và cao độ của phi cơ phản lực mà bị "nữ cán bộ nhí" dùng súng trường, lên đạn từng viên, bắn hạ thì... quả thật người csVN đã thể hiện được tất cả bản chất của những em bé ngày xưa chỉ biết chăn trâu, chăn bò!

4. Danh sách 12 "anh hùng nhí" – nhóm chữ này và danh sách "anh hùng nhí" rất dài, ngày trước được dư luận viên csVN quảng bá trên internet. Sau khi bị vài bài của người Việt di tản chỉ trích, dư luận viên csVN đã đổi thành "anh hùng trẻ tuổi" và danh sách trẻ em bị csVN lừa, đưa vào chỗ chết để được làm anh hùng đã bị rút ngắn rất nhiều; nay chỉ còn:

– Nguyễn Bá Ngọc (1952–1965), 13 tuổi.

– Dương Văn Nội (1932–1947), 15 tuổi.

– Dương Văn Mạnh (1930–1944), 14 tuổi.

– Vừ A Dính (1934–1949), 15 tuổi.

– Kim Đồng (1929–1943), 14 tuổi, v.v.

Dưới thời VNCH, tại Sài Gòn và các thành phố lớn, không ai lạ gì trò đánh lén của Việt cộng, tay sai rất đắc lực của csVN. Việt cộng gói kỹ mìn hoặc lưu đạn, vào giỏ đi chợ, rồi bảo em bé đánh giày hay là em bé ăn xin, đem gói đó đến chỗ lính Mỹ đứng đón xe buýt, trao cho lính Mỹ để được lính Mỹ cho "kẹo cao su" – chewing gum – rồi em bé sẽ trở thành anh hùng!

Người Mỹ, với bản tính nhân hậu, rất thích và tin tưởng trẻ em, cho nên, không những không đề phòng mà còn lấy kẹo cho em bé nữa. Thế là mìn nổ! Lính Mỹ và đứa bé Việt Nam chết không toàn thây!

CsVN đã lợi dụng sự thơ dại của trẻ em để đưa trẻ em vào chỗ chết! Thế mà người csVN và bộ đội ông Hồ Chí Minh lúc nào cũng "tự sướng", tự ca ngợi những "chiến công huyền thoại" do các em bé chỉ hơn 10 tuổi thi hành!

Hỡi người csVN! Suốt chiều dài của dòng lịch sử điêu linh, csVN đã áp dụng những thủ đoạn gian manh, lừa lọc để giết hại cả triệu triệu người đồng chủng; rồi phổ biến hình ảnh những em bé ôm súng; mấy cụ bà thêu dệt chuyện "đánh Mỹ cứu nước" và hình ảnh bi thảm có thật của không biết bao nhiêu ngàn thiếu nữ Bắc Việt mất xác trên đường mòn Hồ Chí Minh, v.v. chỉ làm cho nhân loại ghê tởm về sự tàn ác và dã man của người csVN chứ những hình ảnh đó không thể gây được chút thiện cảm nào trong lòng người!

Gần đây, chỉ một tấm ảnh của nữ Trung sĩ TQLC Hoa Kỳ – Nicole Gee – ôm em bé người Afghan với thái độ đầy thương cảm thì nhiều cơ quan truyền thông quốc tế đều phổ biến và ca ngợi!

Nhân loại chỉ tôn trọng sự thật, trân quý những tâm hồn cao thượng và những trái tim biết rung động vì tình người – như nữ Trung sĩ TQLC Hoa Kỳ, Nicole Gee – chứ nhân loại không bao giờ thán phục hoặc ca ngợi sự tàn ác, dã man, như những gì người csVN đã và đang áp đặt lên thân phận người Việt Nam!

"ANH XI"

Associated Press/World News, ngày 01 tháng 9 năm 2023, lúc 4:11 AM CDT loan tin: *"A new China map shows the South China Sea with nine-dash line claims under Chinese territory and a new line next to Taiwan are seen on the map, at a bookstore in Beijing, Friday, Sept. 1, 2023. China has upset many in the Asia-Pacific region with the release of a new official map that lays claim to most of the South China Sea,..."*

Trung cộng, không những tự ý vẽ bảng đồ để tuyên bố chủ quyền – một cách bất hợp pháp – toàn Biển Đông mà Trung cộng còn hành động tráo trở/hung hăng và càng ngày càng trở nên dị hợm.

Theo Reuters, ngày 27 tháng 08/2023 thì: Ngày 05/08/2023, một tuần duyên hạm của Trung cộng đã dùng "vòi rồng" xịt nước tiếp vận hạm của Phi Luật Tân trong khi tiếp vận hạm này đang hải hành để chuyển nhu yếu phẩm tiếp tế cho một chiến hạm của Phi Luật Tân đang neo trong vùng Nam Biển Đông.

Trên CNN, ngày 09/09/2023, lúc 3:16AM, Shawn Deng và Chris Lau tường thuật: "Trong chuyến công tác thường lệ, một tuần duyên hạm của Phi Luật Tân đang hải hành để chuyển nhu yếu phẩm đến một chiến hạm đang neo gần bãi Ayungin thì bị bốn tuần duyên hạm và bốn chiếc hải thuyền của Trung cộng gây hấn."

Hành động hung hãn một cách vô ý thức của Trung cộng trên Biển Đông bị Tư Lệnh Đệ Thất Hạm Đội Hoa Kỳ chỉ trích: *"China's 'aggressive behaviour' in the South China Sea, including the use of water canon by its coast guard against a Philippine vessel, must be challenged and checked."* Nhưng, khi Trung cộng xây đảo nhân tạo/xây phi trường tại đảo Tri Tôn – thuộc nhóm đảo Hoàng Sa, của Việt Nam Cộng Hòa (VNCH) – không ai lên tiếng; chỉ có Annika Burgess tường thuật trên ABC News, ngày 16/08/2023 lúc 9:40PM: "... *The work on Triton island in the Paracel group mirrors construction on seven human-made islands in the Spratly group to the east which have been equipped with airstrips, docks and military systems, although it currently appears to be somewhat more modest in scale..."*

Trong phần phản đối của các nước láng giềng Á Châu – Indian/Indonesia/Malaysia/Brunei/Philippines/Taiwan, v.v... – về hành động chiếm Biển Đông một cách ngang ngược của Trung cộng, cũng có phần phản đối của cộng sản Việt Nam (csVN): *"Vietnam said the claims violate its sovereignty over the Paracel and Spratly islands and jurisdiction over its waters and should be considered void because they violate the United Nations Convention on the Law of the Sea..."*

Giai đoạn csVN từ Bắc xâm lăng Nam Việt nam, 1954-1975, mỗi khi csVN mở mặt trận nào trên lãnh thổ của VNCH thì Hải Quân VNCH cũng phải chuyển quân/quân xa/súng đạn/quân trang/quân dụng, v.v... đến chiến trường đó.

Đó là nguyên do khi Trung cộng xâm lăng Hoàng Sa, ngày 19/01/1974, Hải Quân VNCH không còn chiến hạm hữu dụng, đành phải chỉ định chiến hạm Nhật Tảo HQ 10 đang đại kỳ – sửa chữa/thay thế những bộ phận trọng yếu – tại Hải Quân công xưởng tham chiến trận Hoàng Sa.

Kết quả là chiến hạm Nhật Tảo HQ 10 bị chìm vì trúng đại pháo của Trung cộng, mang vào lòng biển

Hạm Trưởng Ngụy Văn Thà và 74 quân nhân!

Hành động của người csVN vào thời điểm giữa thập niên 60 cho đến đầu thập niên 70 rõ ràng là chỉ với mục đích phân tán lực lượng quân sự của VNCH để Trung cộng chiếm Hoàng Sa. Thế thì, gần nửa thế kỷ sau, năm 2023, người csVN phản đối Trung cộng – phản đối bằng miệng chứ không phải bằng hành động dũng cảm như Hải Quân VNCH năm 1974 hoặc như Phi Luật Tân, năm 2016, kiện Trung cộng ra tòa án quốc tế – chiếm Hoàng Sa chỉ với mục "che mắt" mọi người, phải không?

Lịch sử Việt Nam đã chứng minh: "Thực dân Pháp đô hộ" rồi "đế quốc Mỹ xâm lược" mà Việt Nam không bị mất một "thẻo" đất/một vùng biển nào cả và Trung cộng cũng không dám chiếm Biển Đông!

Nhưng, sau khi Pháp rút quân, ngày 20/07/1954; Hoa Kỳ rút quân tháng 03/1973 thì người láng giềng Trung cộng "4 tốt 16 chữ vàng" của người csVN chiếm Hoàng Sa của Việt Nam, ngày 19/tháng Giêng/năm 1974, thì Thái Bình Dương không còn thái bình nữa mà đang dậy sóng!!

Người csVN muốn "tự sướng", "tự phong" là "anh hùng đánh Mỹ 'kíu' nước" thì đó là quyền của người csVN; còn tin hay không là tùy vào sự hiểu biết về lịch sử của từng cá nhân.

Vũ khí không thể nào phân biệt được để tránh người không cộng sản và người cộng sản; vì thế, người Việt Nam rất may mắn khi chính phủ Hoa Kỳ đã âm thầm rút quân khỏi Việt Nam – theo Hiệp Ước Đình Chiến năm 1973 – chứ Hoa Kỳ không hành xử với csVN như Hoa Kỳ đã "trả đũa" Nhật Bản, về trận Trân Châu Cảng (Pearl Harbor), ngày 07 tháng 12 năm 1941.

Sự thiệt hại nhân mạng của Hoa Kỳ trong trận Nhật tấn công Pearl Harbor được ghi nhận khoảng trên dưới 6,000 (sáu ngàn) người. Sự thiệt hại nhân mạng của Hoa Kỳ trong chiến tranh Việt Nam là 58,220 người (năm mươi tám ngàn hai trăm hai mươi).

Người Mỹ rất quý trọng nhân mạn – dù là nhân mạn của người Mỹ "thật"/Mỹ "giấy" hoặc không phải là người Mỹ. Thế thì tại sao sự thiệt hại nhân mạn của Mỹ trong chiến tranh Việt Nam gần gấp 10 lần so với sự thiệt hại nhân mạn của Mỹ trong trận Pearl Harbor mà Hoa Kỳ lại không "trả đũa" csVN?

Nhờ Hoa Kỳ không "trả đũa" csVN mà người Việt khỏi phải chịu thêm nhiều đau thương! Thế thì tại sao – ngay thời điểm này, 2023 – trong Viện Bảo Tàng Lịch Sử Việt Nam và trên internet, csVN cũng vẫn còn "rêu rao" Hoa Kỳ là "Đế quốc Mỹ xâm lược"?

Muốn biết Hoa Kỳ và Trung cộng ai là "Đế Quốc xâm lược", mời đọc tin trên internet về các cuộc không tập và hải hành của quân đội Trung cộng đối với Taiwan – chứ không cần nhắc lại lịch sử Việt Nam thời Bắc thuộc – thì sẽ rõ.

Xin trích vài phân đoạn tượng trưng trên các phương tiện truyền thông gần đây nhất để chứng minh sự "lộng hành" của... "anh Xi" – thủ lãnh của Trung cộng – trong hành vi "tập tành" để trở thành kẻ xâm lược Taiwan.

Trên Associated Press, ngày 11/07/2023 lúc 11:59 PM, bài của Huizhong Wu: *"The Chinese People's Liberation Army sent 38 warplanes and 9 navy vessels around Taiwan, between 6 a.m. Tuesday to 6 a.m. Wednesday. From Wednesday morning until noon time, the military flew another 30 planes, among which included J-10 and J-16 fighters."*

Trên Daily Express US, ngày 14/09/2023 lúc 2:43AM, Aurora Bosotti viết: *Trung cộng cho 68 phi cơ phản lực và 10 chiến hạm quần thảo quanh Taiwan.*

Trên FOX News, ngày 19/09/2023 lúc 6:09AM EDT, Lawrence Richard tường thuật: *"China's military sent over 150 warplanes toward Taiwan this week in an unprecedented military* that the island's government swiftly condemned as *'harassment.'*

On Monday, mainland China's military, known formally as the People's Liberation Army, flew 103 warplanes near and over the island in a 24-hour period in what the island's defense ministry called a recent new high. On Tuesday, an additional 55 PLA aircraft were detected near the island by Taiwan's R.O.C. Armed Forces."

Thấy cảnh Taiwan bị Trung cộng đe dọa khủng khiếp/thường xuyên/liên tục như thế, người csVN nghĩ gì? Hãi chưa? Người csVN có nghĩ rằng sẽ có ngày Trung cộng cũng hành xử với Việt Nam như Trung cộng đang đe dọa Taiwan hiện nay hay không?

Thời điểm người csVN khởi động cuộc xâm lăng miền Nam Việt Nam, Trung cộng còn yếu kém – so với Hoa Kỳ – về mọi phương diện. Đúng như trên CNN, updated ngày 21/01/2023 lúc 5:42AM EST, Simone McCarthy đã viết: *"The US held the key for China's modernization, so China benefited from this immensely... Without the US, I don't think you would see China as a big power today."*

Thế mà, trong thời gian Hoa Kỳ tham chiến tại Việt Nam, Đệ Thất Hạm Đội Hoa Kỳ – một lực lượng lớn nhất của Hải Quân Hoa Kỳ, Bộ Chỉ Huy đặt tại Nhật Bản, gồm có 70 chiến hạm, khoảng 150 phi cơ đủ loại và hơn 27 ngàn thủy thủ – thống lĩnh vùng Thái Bình Dương thì không hề có sự tranh chấp hoặc xâm phạm hải phận của quốc gia nào cả; không có sự phân chia hải phận; không có sự đe dọa trực tiếp hay gián tiếp đến an ninh của nước nào cả; không có sự giới hạn hải hành hoặc giới hạn không vận trong vùng hải phận quốc tế của Thái Bình Dương. Taiwan không bị đe dọa!

Còn Trung cộng – nhờ sự hỗ trợ một cách thầm lặng nhưng rất tích cực của csVN – sau khi chiếm được Hoàng Sa của VNCH đã xây đảo nhân tạo; đưa 60/70 ngàn quân tấn công biên giới Việt Nam, ngày 17 tháng 02/1979; tấn công đảo Gạc Ma của Việt Nam, ngày 14 tháng 03/1988; rồi tuyên bố chủ quyền gần như trọn vẹn Biển Đông, v.v... thì người csVN gọi Trung cộng là gì?

Người csVN gọi Trung cộng là gì cũng chẳng quan trọng.

Điều quan trọng rất bất ngờ là: Ngày 25/09/2023 lúc 7:12PM, Deutsche Welle đăng tin: "*US recognizes two Pacific nations to counter China.*

The Cook Islands and Niue have been recognized by the United States as 'sovereign and independent states.' The move appeared to be aimed at curbing further Chinese inroads into the Pacific region...

US President Joe Biden said on Monday that the United States officially recognized two small Pacific nations...

The US and Niue already established diplomatic relations on Monday with US Secretary of State Antony

Blinken and Niue Premier Dalton Tagelagi signing a joint statement to that effect, the US State Department said."

Hai đảo Cook Islands và Niue thuộc về Hoa Kỳ là sự khẳng định Hoa Kỳ sẽ không rời Biển Đông.

Trong khi Hoa Kỳ "vươn tay" ra Biển Đông để ngăn chặn bước chân tham tàn của Trung cộng thì: Newsweek ngày 04/10/2023, lúc 3:00AM EDT, Aleks Phillips loan tin: *Theo CBS 45,500 (bốn mươi lăm ngàn năm trăm) di dân bất hợp pháp Trung cộng đã xâm nhập Hoa Kỳ trong vòng 11 tháng qua so với 28,000 ngàn di dân bất hợp pháp Trung cộng, năm 2022!*

Ngoài vấn nạn di dân bất hợp pháp Trung cộng, Hoa Kỳ còn bị Trung cộng "xâm lăng" bằng "trí tuệ". Theo tài liệu trên internet, từ 2021-2022 có 290,086 sinh viên tốt nghiệp graduate or postgraduate; đó là chưa kể số sinh viên Trung cộng tốt nghiệp cử nhân. (nguồn https://www.scmp.com).

Trong số du học sinh và di dân bất hợp pháp Trung cộng, chỉ có Trời mới biết được có bao nhiêu gián điệp được Trung cộng "cài" vào để học xong thì ở lại Mỹ làm việc rồi ăn cắp tài liệu – trong mọi địa hạc/lãnh vực – của Mỹ rồi chuyển về Trung Hoa!

Hy vọng rằng Hoa Kỳ sẽ sớm nhận thức được rằng: "Anh Xi" không phải là người bạn đáng tin cậy!

BÀ ĐIÊN TÌM CHỒNG

Nhạc "Ngụy" bị cấm, nhạc "cách mạng" thì cứ bao nhiêu bài đó, đàn hát hoài đến nhàm! Nhưng điều khó xử là Trực nhất quyết không đàn hoặc hát nhạc "cách mạng"! Kỳ này, nhân có phái đoàn cao cấp đến "tham quan", cần có vài tiết mục khác lạ để buổi văn nghệ thêm khởi sắc, ông Chánh – Bố của Trực – xin ban quản giáo cho phép hát nhạc ngoại quốc. Cán bộ hỏi "nhạc ngoại quốc" là nhạc gì? Ông Chánh đáp nhạc của Pháp, Anh, Mỹ. Cán bộ bảo đó là "nhạc nước ngoài". Ông Chánh không dám cười, chỉ "dạ". Cán bộ bảo nếu muốn hát nhạc "nước ngoài" thì bảo ai hát bài gì, người đó phải viết lời ca ra làm ba bản để ban quản giáo bảo ba người khác nhau dịch. Nếu cả ba lời dịch đều giống nhau, nghĩa là không có ý đồ chống phá "cách mạng" thì cán bộ sẽ chấp thuận.

Sau khi Trực viết lời ca lên ba tờ giấy khác nhau, thấy tựa đề, ông Chánh thở dài, vì hiểu Summer là mùa Hè, có nơi gọi là Hạ. Vợ của Trực tên Ngọc Hạ! Trao ba tờ giấy cho cán bộ, ông Chánh và Trực đều nghĩ rằng ban quản giáo sẽ bảo "người của cách mạng" dịch; không ngờ, ba sĩ quan "Ngụy" được gọi lên, ngồi ba nơi riêng rẽ để dịch từ tiếng Anh ra tiếng Việt tình khúc *Summer's gone* của Paul Anka.

Đêm trình diễn, trong hội trường được lợp bằng tranh, vách bằng cây tre, tiếng hát nồng nàn của Trực vang lên:

"Summer's gone and no songbirds are singing.
Because you're gone, gone from my arms,
gone from my lips but you're still in my heart ..."

Mọi người bị tiếng ca nức nở của Trực thu hút hoàn toàn. Trong khi những sĩ quan "Ngụy" cao cấp lặng người, tưởng như được sống lại thời gian cuối thập niên 50 và đầu thập niên 60, khi nhạc Mỹ và nhạc Pháp được phổ biến khắp miền Nam thì những sĩ quan "Ngụy" trẻ lại cảm thấy não lòng; vì nhiều vị đã thầm thì "ngân nga" những lời sướt mướt này khi hay tin vợ tử nạn trên đường thăm nuôi hay vợ vượt biển hoặc vợ lấy cán bộ!

Riêng Trực, theo tiếng *guitar* trầm trầm, đều đều trong giai điệu *slow* và giọng ca nghẹn ngào của chính chàng:

"What to do?
Oh, I'm left here just crying over you.

Oh, I'm so blue!

What can I do, now that you're gone?..."

Trực tưởng như chàng có thể thấy lại được dòng người tuôn về Bộ Chỉ Huy Hải-Quân Vùng I Duyên Hải để tìm phương tiện di tản! Tiếng gào khóc của đoàn người khổ nạn không thể nào át được tiếng hỏa tiễn 122 ly của cộng sản Việt Nam (c.s.V.N.)bắn liên tục/bắn dai dẳng/bắn điên cuồng vào đoàn người đang tìm đường lánh nạn! Trực cố tìm Ngọc Hạ; nhưng tìm không ra và chàng cứ bị sức đẩy của dòng người dồn về phía trước. Mỗi khi hỏa tiễn của c.s.V.N.rơi vào khoảng nào của dòng người thì nhóm người nơi vùng đó gục xuống, tạo thành một khoảng không gian với xác người và máu! Nhưng chỉ vài giây sau, đoàn người lại dẫm cả lên xác người để chạy, hy vọng sẽ thoát được "lò sát sinh" do c.s.V.N. tạo nên! Là một sĩ quan chỉ phục vụ các đơn vị tác chiến Hải-Quân, Trực không còn lạ gì với máu và xác người. Nhưng khi máu và xác người đó là của người dân không khí giới để tự vệ thì sự phẩn uất ngập cả hồn chàng! Nhưng, Trực đành bất lực, để dòng người xô đẩy...

Hồi tưởng đến đây, bao nhiêu thương nhớ trào dâng ngập lòng, giọng Trực nghẹn ngào:

"...The days, they prolong now that you're gone.

My nights, they leave me blue (you're so blue).

I don't know why there are tears in my eyes.

Can it be that I'm still in love with you?..."

Khi Trực cúi chào, tiếng vỗ tay vang lên dòn dả và kéo dài cùng với nhiều tiếng *"bis...bis..."* từ những tù nhân.

Nơi hàng ghế đầu tiên, nhiều nhân vật quan trọng của "bên thắng cuộc" chợt xôn xao:

-Chúng nó nói gì thế?

Đại tá Bùi cười, vẻ mặt rất tự hào:

- Chúng nó yêu cầu hát lại hoặc hát thêm đấy.

-Ui giời! Sao đồng chí biết?

Ông Bùi chưa kịp trả lời thì Trực nói vào *micro*:

-Xin cảm ơn quý vị và các bạn. Tiếp theo đây, tôi xin trình bày ca khúc Diana cũng của Paul Anka.

Trong tiếng vỗ tay vang dội, tiếng *guitar* của Trực dạo *Cha Cha Cha* rộn rã. Nhìn Trực gật gật đầu, hai vai lắc lắc và đôi chân nhún nhảy liên hồi, tất cả cán bộ và vệ binh hiện diện đều tự thẹn về những lúc nắm tay nhau nhảy "xôn đố mì" chân đưa qua đưa lại như trẻ con nhảy "lò cò". Cả hội "trường tre" dường như sôi động hẳn lên. Những người tù dường như quên những tháng ngày nhục nhằn, đói khổ để nhớ về khoảng thời gian tươi trẻ trong một xã hội với nền giáo dục cao và đầy nhân bản. Phải đến phân đoạn thứ hai tiếng vỗ tay mới lắng xuống và mọi người mới nghe

"...'Cause forever I will pray

You and I will be as free

as the birds up in the trees.

Oh, please stay by me, Diana..."

Sáng sớm hôm sau, Trực bị mời lên "làm việc" với ban quản giáo. Trực thầm nghĩ, có lẽ vì bài Diana chưa được dịch để trình ban quản giáo và mấy chữ "*You and I will be as free as the birds up in the trees*" làm cho ban quản giáo nghĩ rằng Trực có ý tưởng phản động, muốn trốn trại. Nhưng nghĩ lại, nếu ban quản giáo hiểu tiếng Anh thì họ đã không gọi ba sĩ quan "Ngụy" dịch bài *Summer's gone*! Ý nghĩ này giúp Trực yên tâm.

Bước vào phòng, Trực nhận ra ngay người ngồi sau chiếc bàn gỗ là Đại Tá Bùi – người Trực đã gặp tại nhà ông bà Chánh, sau khi Trực từ Đà Nẵng trở về bằng đường bộ. Trực gật đầu chào. Ông Bùi chào lại, chỉ chiếc ghế:

-Anh ngồi đi, chúng ta nói chuyện.

Trực bình thản ngồi vào ghế, nhìn ông Bùi, như sẵn sàng cho những hình phạt hoặc những lời lẽ nặng nề. Ông Bùi thong thả:

-Anh nhận ra tôi chứ?

Làm sao Trực có thể quên được buổi chiều, sau nhiều ngày theo đoàn người di tản bằng đường bộ, trên lưng cõng vu Bê – đứa con đầu lòng – Trực về đến nhà, thấy một Đại Tá Việt cộng (tiền thân của c.s.V.N.) đang ngồi "thù lù" cạnh ông Chánh nơi mái hiên trước ngôi biệt thự của gia đình! Trong khi ông Chánh vui mừng, rối rít gọi bà Chánh thì Trực "lừ lừ" bước lên mấy bậc cấp, nhìn ông Bùi bằng ánh mắt đầy phẫn hận! Vờ như không thấy ánh nhìn của Trực, ông Chánh giới thiệu Trực với Đại Tá Bùi. Ông Bùi và Trực chỉ gật đầu chào nhau chứ không bắt tay. Ông Chánh cố ý vừa đẩy nhẹ Trực vào nhà vừa nháy mắt với bà Chánh.

Bà Chánh theo Trực về phòng của bốn anh em trai của Trực. Bà vội gỡ tấm khăn trải giường dùng để quấn ngang lưng của Trực cho cu Bê khỏi tuột, rồi đóng cửa phòng, bế cu Bê về phòng của ông bà, dỗ cho cu Bê ngủ tiếp.

Còn lại một mình, Trực cố nhớ lại những lần ông Chánh kể chuyện với bạn hữu về thời gian Ông theo khán chiến chống Tây, vợ con đói khổ vì Việt Minh áp dụng chính sách "bần cùng hóa nhân dân", "tiêu thổ khán chiến" với quyết tâm cho những thành phần trí thức "ra rìa".

Trong khi ông Chánh bị cấm dạy Pháp văn cho học sinh thì, mỗi tối, nhiều cán bộ lại kín đáo đến nhà ông Chánh học văn hóa, Pháp văn và nhạc. Trong số cán bộ này có một người trẻ rất ham học, tên Bùi. Bùi rất quý ông Chánh và Bùi cũng thầm mê bà Chánh; vì, vào thời điểm đó, những thiếu phụ có văn hóa và xuất thân từ tỉnh thành – như bà Chánh – rất khó tìm tại Liên Khu V.

Bất ngờ Bùi hay tin ông Chánh trốn khỏi "vùng khán chiến", đưa gia đình về lại "vùng bị chiếm". Bùi không ngạc nhiên; vì, sau khi nhận rõ bản chất bóc lột, tàn ác, dối trá và dã man của Việt Minh, nhiều cán bộ – trong đó có Bùi – đã đổi danh từ "kháng chiến" thành "khiến chán" và tìm cách trốn về Thành.

Nhưng, Bùi lại nghĩ, những người như ông Chánh, khi về Thành họ dễ hội nhập vào xã hội văn minh; còn Bùi, lớn lên từ nơi "cày lên sỏi đá" và chỉ với số vốn văn hóa và Pháp văn khiêm nhường nhờ ông Chánh dạy thì Bùi chỉ có thể làm "cu ly"! Thôi, chi bằng Bùi cứ theo Việt Minh, biết đâu "sống lâu lên lão làng".

Năm 1954, ra Bắc, thỉnh thoảng nghe Bùi "xi lô xi la" vài câu tiếng Pháp, nhiều cán bộ cao cấp nghĩ rằng Bùi thật sự có trình độ và họ đề nghị cấp Trên cho Bùi sang Nga du học. Từ đó, con đường công danh của Bùi thênh thang.

Sau 30/04/1975, nhân chuyến ghé thăm Bách – con của Đại Tá Bùi – làm trưởng Ty Công An, ông Bùi mới tìm ra ông Chánh. Bằng vào những "trải nghiệm" đau lòng của chính mình suốt thời gian theo cộng cản, ông Bùi đang trách ông Chánh tại sao không tìm cách đưa gia đình di tản, thì Trực thất thểu bước vào nhà...

Bây giờ, bất ngờ gặp lại tên Việt cộng đã ngồi "chần dần" ngang hàng với Bố mình cách nay không lâu, Trực hờ hửng đáp:

- Vâng.

- Anh có tài, giống ông Cụ anh. Tôi không muốn tài nghệ của anh bị mai một nơi xó núi này. Tôi đã đọc hồ sơ "ný nịch" của anh và biết anh dạy Anh ngữ rồi bị động viên, đúng không?

- Vâng.

- Tôi muốn tạo điều kiện để anh có cơ hội phát triển tài năng.

- Ba tôi, anh tôi, bạn tôi và tôi bị kêu gọi đi học tập cải tạo, bảo đem theo tiền ăn cho 10 ngày; nhưng đến bây giờ là bao nhiêu lần 10 ngày rồi, chúng tôi vẫn còn trong tù? Vì vậy, tiếng Việt của "cách mạng" chúng tôi không hiểu. Đại Tá vui lòng nói rõ hơn.

- Tôi muốn đề nghị cấp trên cho anh về thành phố – dưới sự giám sát chặt chẽ của công an khu vực – để anh dạy tiếng Anh và dạy nhạc cho người của chúng tôi. Tôi cũng muốn sẽ đề nghị cấp trên xét lại để hủy bỏ vấn đề cấm đoán nhạc miền Nam và nhạc nước ngoài.

Im lặng! Ông Bùi tiếp:

- Anh nghĩ như thế nào?

- Nếu đó là lệnh, tôi phải vâng lời; nếu không thì...

Trực mím môi, bỏ lửng câu nói. Tâm trạng của Trực bây giờ cũng tương tự như tâm trạng của chàng vào hôm chàng gặp Đại Tá Bùi lần đầu tại nhà ông Chánh. Hôm đó, sau khi bị ông Chánh đẩy xa ông Bùi, Trực ném về phía ông Bùi ánh mắt đầy phẫn hận rồi đi thẳng vào phòng của mấy anh, gục đầu vào lòng bàn tay trong niềm thống khổ và phẫn uất tột cùng! Một lúc lâu vẫn không tự chế được, Trực đứng lên, vung tay đấm mạnh vào mặt kính của tủ đựng quần áo! Tiếng động lớn, tiếp theo là tiếng mảnh kính rơi khiến ông bà Chánh hốt hoảng chạy vào, thấy tay của Trực rướm máu vì vết xước do kính tạo ra.

Tiếng động lớn rồi nhiều tiếng "loảng xoảng" của kính rơi cùng thái độ của ông bà Chánh khiến ông Bùi nghĩ đến ánh nhìn "tóe lửa" của Trực lúc nãy, ông Bùi cảm biết có điều bất ổn, vội âm thầm rời nhà ông Chánh.

Nhớ ánh mắt đầy thống hận của Trực và tiếng động tại nhà ông Chánh và bây giờ nghe câu trả lời miễn cưỡng của Trực, ông Bùi có vẻ hơi "bức xúc":

- Thì sao? Anh từ chối à?

- Vâng! Nếu có sự lựa chọn, tôi xin được ở lại trại tù này!

- Tại sao anh lại hành động như thế?

Trực nhớ – sau khi ông Bùi rời nhà ông bà Chánh – ông Chánh đã giải thích với Trực rằng ông Bùi rất thất vọng khi biết đại gia đình ông bà Chánh không di tản! Ông Bùi khuyên ông Chánh nên tìm mọi cách đưa gia đình "đi đi"; ở lại, những thành phần như ông Chánh và bốn người con trai của Ông Bà sẽ bị trả thù, khốn khổ đến ba đời, sống không nổi đâu!

Lý do ông Chánh không đưa gia đình di tản vì bốn người con trai của Ông Bà bị kẹt ngoài Trung, ông Chánh không nở ra đi; nhưng ông Chánh không dám nói thật với ông Bùi mà ông Chánh lại bảo Ông không muốn di tản vì Ông còn tin tưởng và chờ đợi những người bạn thời kháng chiến – như ông Bùi – trở về! Ông Bùi cười khẩy, lắc đầu, bảo ông Chánh gặp khó khăn gì thì "niên hệ" với Bách. Ông Bùi đã có những lời nhân nghĩa như vậy; nhưng thực tế lại hoàn toàn khác. Trực đáp:

-Tôi đã mất tất cả. Vợ tôi thất lạc khi quân của "cách mạng" nã hỏa tiễn 122 ly vào đoàn người di tản, không vũ khí tự vệ! "Cách mạng" đã tịch thu tất cả tài sản của Cha Mẹ tôi, của các anh tôi, bắt Cha, các anh tôi và tôi đi tù rồi đuổi Mẹ và các em gái của tôi đi kinh tế mới...

Ông Bùi cố giữ bình tĩnh, chặn ngang:

- Những chuyện đó đã qua rồi. Hãy nhìn vào thực tế và bản thân anh xem anh cần gì?

- Tôi chỉ còn Cha và ba người anh đang ở tù. Tôi muốn ở lại đây để cùng chia xẻ những đắng cay, cơ cực và nhục nhằn với Cha và các anh tôi.

Ông Bùi ngạc nhiên:

- Thế ông Chánh cũng cải tạo ở đây à?

- Ba tôi là Trưởng Ty Công Chánh, là một công chức. Ba tôi không đích thân cầm súng bắn các ông thì Ba tôi có tội gì mà phải cải tạo? Nếu Ba tôi có cầm súng – như chúng tôi – để bắn các ông thì cũng vì các ông khởi đầu và cứ tiếp tục cuộc chiến xâm lăng miền đất mà chính phe các ông đã ký vào Hiệp Định Genève, đồng ý chia hai; rồi năm 1973, phe các ông lại ký hiệp định ngưng bắn rồi cũng chính phe các ông vi phạm nặng nề. Thế thì tại sao gọi chúng tôi là kẻ có tội?

- Anh giữ mồm!

- Tôi là lính. Tôi không biết sợ. Người lính miền

Nam chỉ chiến đấu cho Tổ Quốc, cho Quê Hương chứ người lính chúng tôi không bị nung máu căm hờn để *"thề phanh thây uống máu quân thù"(1)* chỉ với mục đích tôn vinh cá nhân ông Hồ hay đảng Cộng Sản!

Biết Trực nói đúng, nhưng ông Bùi vẫn đập bàn, quát:

- Anh dám xúc phạm đến Bác và Đảng! Quỳ xuống, nhìn ảnh Bác mà xin lỗi!

Trực nhìn ông Bùi cũng với ánh nhìn "tóe lửa" như khi chàng thấy ông Bùi lần đầu tại nhà ông Chánh:

- Tôi chỉ quỳ một lần – trong lễ mãn khóa sĩ quan Hải-Quân – để thề trung thành với Tổ Quốc thôi!

- Mày có quỳ hay không thì bảo?

- Tôi không quỳ!

Ông Bùi đập bàn, quát:

- Vệ binh!

Vệ binh bước vào. Ông Bùi vừa đứng lên vừa bảo:

- "Xử ný" nó!

****

Sau khi trôi dạt từ Đà Nẵng vào Phú Quốc, rồi từ Phú Quốc đến Guam, trở về bằng thương thuyền Việt Nam Thương Tín, vào tù – ngắn hạn – và mãn tù, Ngọc Hạ tần ngần, đứng trước ngôi nhà mà đám cưới của nàng và Trực được tổ chức rất trang trọng sau khi nàng tốt nghiệp đại học sư phạm. Nghĩ rằng có thể Trực và cu Bê đã trở về đây, nhưng sao Ngọc Hạ lại cảm thấy xa lạ quá! Nhìn quanh hàng xóm, nàng không thấy một người quen! Giữa khi Ngọc Hạ bơ vơ, chưa biết phải làm gì thì một người đàn ông trẻ, từ trong nhà bước ra, hỏi:

- Chị cần gì?

- Ông làm ơn cho biết ông bà Chánh còn ở đây không?

- Chị "nà" gì của cụ Chánh?

- Dạ, là dâu.

- Thế thì mời chị vào. Cụ Chánh và Bố tôi là bạn xưa đấy. Tôi tên Bách.

- Thưa ông, tôi tên là Ngọc Hạ.

Bách mở cổng, Ngọc Hạ vừa theo vào vừa nhìn quanh. Vẫn màu sơn ấy, vẫn bộ xa lông ấy, vẫn bộ bàn ăn bằng gỗ lim ấy, vẫn chiếc TV nơi góc phòng và máy nghe nhạc hiệu Sony nơi góc đối diện, nhưng gia đình Trực và cu Bê ở đâu? Bách cho biết, mọi người đi đâu Bách không biết. Bách chỉ biết Bách được "nhà nước" cấp cho ngôi nhà này!

Nhìn ra cửa, thấy màn đêm đang kéo về, Ngọc Hạ khóc; vì nàng không biết sẽ làm gì và tá túc nơi đâu! Bách nhỏ nhẹ an ủi:

- Chị bình tĩnh. Mọi việc sẽ tốt đẹp thôi, vì có "cách mạng" "no"!

Ngọc Hạ vẫn im lặng, khóc!

Từ ngày vào Nam, thấy đa số phụ nữ miền Nam xinh đẹp, tươi thắm, có học vấn và nhất là trông hiền lành, đạo đức chứ không chua ngoa, đanh đá như những "cán bộ gái" mà Đảng đã kết hợp để đảng viên hoặc cán bộ "quản lý", Bách cứ dùng dằng, chưa muốn đem vợ con vào. Bây giờ, bất ngờ thấy một thiếu phụ trẻ, đẹp, trong tình cảnh khốn cùng, lòng Bách nảy sinh ý tưởng ...

Trong khi Ngọc Hạ "thút thít" khóc, Bách bảo *osin* dọn cơm. Sau đó Bách – bắt chước những nhà hàng sang trọng trong Nam – bảo *osin* lấy khăn nhỏ, ngâm nước nóng, để vào dĩa, đem lên rồi Bách cầm khăn nóng trao cho Ngọc Hạ:

- Chị lau mặt cho tỉnh người. Chuyện đâu còn có đó, không nên quá buồn phiền.

Thái độ từ tốn, tử tế của Bách làm Ngọc Hạ hơi yên lòng, hỏi về bốn người con trai của ông bà Chánh. Bách bảo bây giờ đất nước "giải phóng" rồi, "cách mạng" kêu gọi quân đội Saigon tụ họp lại để "cách mạng" truyền đạt "ý tưởng cách mạng và tư tưởng bác Hồ", trong thời gian ngắn thôi, không có gì phải lo lắng; ngoài ra, "cách mạng" cũng đã ân cần chăm sóc thân nhân của quân đội Saigon bằng cách chuyển họ về sống gần với thiên nhiên, có cuộc sống tự túc, tốt đẹp. Ngọc Hạ lại hỏi làm thế nào để tìm ra ông Chánh và các con của Ông Bà? Bách đem ông Bùi ra khoe rồi hứa sẽ nhờ ông Bùi tìm giùm. Ngọc Hạ sốt ruột vì con, vội hỏi làm thế nào để biết vùng nào mà gia đình bà Chánh dời đến? Bách bảo Bách không biết nhưng sẽ cố giúp. Nhận thấy Ngọc Hạ có vẻ tin tưởng, Bách mời nàng dùng cơm tối. Thấy Bách không sàm sỡ gì, lại nghe Bố của Bách là bạn của ông Chánh, Ngọc Hạ cảm ơn và theo Bách qua bàn ăn.

Nhìn Ngọc Hạ ăn uống và nói chuyện rất từ tốn, lễ độ, Bách thầm nhủ: Thảo nào thằng cán bộ nào vào Nam đều cố chinh phục vợ của sĩ quan "Ngụy"!

Vừa và được vài miếng cơm, Ngọc Hạ thấy một người đàn ông cao tuổi bước vào. Bách vui mừng, đứng lên:

- Ơ kìa, Bố! Bố đi đâu...

Bách chưa dứt câu, chợt nhận ra ánh mắt tò mò của ông Bùi liết nhanh về phía Ngọc Hạ. Bách cười, nháy mắt:

- Bố dùng cơm chưa? Con vừa mới ngồi vào thôi. Mời Bố cùng ăn với chúng con cho vui. Đây "nà" Ngọc Hạ, con mới quen.

Trong khi Bách quay ra sau, bảo *osin* lấy thêm chén đũa, ông Bùi ngồi vào ghế, gật đầu chào Ngọc Hạ. Ngọc Hạ chào lại. Ông Bùi thầm nghĩ, thằng này "gớm" thật, mới đó mà hắn tìm đâu ra "con bé" xinh gái mà lại trông lành thế này!

Trong bữa ăn, vì những điều xảy ra tại trại cải tạo Nghĩa Phú làm ông bị "bức xúc" từ hôm qua đến nay, lòng cảm thấy bất nhẫn, ông Bùi cứ lầm lỳ ăn, nét mặt đăm chiêu. Nhận ra thái độ của ông Bùi và cũng vì cố tình không muốn ông Bùi biết Ngọc Hạ là dâu của ông bà Chánh – vì ngại ông Bùi sẽ ngăn cản ý đồ riêng của bách – Bách hỏi:

- Bố có gì khó nghĩ, phải không?

- Cũng chả có gì! Một thằng thì quá bướng... Ừ, mà tại sao đa số bọn sĩ quan trẻ của "Ngụy" đều bướng và chả biết sợ, nhẩy!

Bách nhìn ông Bùi, chẳng hiểu gì cả. Ông Bùi tiếp:

- Mấy thằng vệ binh của mình cũng dã man thật, hễ được dịp "nà" bọn vệ binh trả thù! Bảo chúng nó "xử ný" thôi, thế mà chúng nó đánh chết con người ta!

- Con ai thế, Bố?

- Con của người bạn thời kháng chiến với Bố, thế mới tội!

- Con của cụ Chánh à, Bố?

Ngọc Hạ giật mình, ngưng nhai, trố mắt nhìn ông Bùi. Ông Bùi khẽ gật đầu. Bách xúc động về tình cảnh gia đình của chủ ngôi biệt thự mà chàng đang chiếm ngụ, tò mò hỏi tiếp:

- Thế bốn thằng con của cụ Chánh thì thằng nào bị vệ binh đánh chết, Bố?

- Thằng Trực Hải-Quân đấy!

Ngọc Hạ hét lên, vất chén đũa, tung ghế chạy ra đường. Bách chạy theo trước ánh mắt ngỡ ngàng của ông Bùi.

******

Nhiều người lên Tháp Bà xin xăm cho những chuyến vượt biển/vượt biên đều thấy một thiếu phụ trẻ, gầy gò, áo quần rách rưới, thường ngồi trên tảng đá hát nghêu ngao, không đầu không đuôi, từ bài này bắt sang bài khác:

"Giặc từ miền Bắc vô đây,
bàn tay dính máu đồng bào.
Giặc từ miền Bắc vô đây,
bàn tay vấy máu anh em...
Hận thù đó chất cao trong lòng người! ..." (2)

Trẻ em gọi thiếu phụ này là bà Điên. Khi người nào đến gần, cử chỉ thân thiện hay cho tiền hoặc bánh trái, bà Điên đều hỏi:

- Biết anh Trực chôn ở đâu không?

Ban ngày bà Điên chỉ hỏi câu đó. Nhưng khi đêm về, nhìn dòng sông Cái xuôi ra biển, bà Điên chợt nhớ khoảng không gian bao la của biển khơi vào những đêm dài trên thương thuyền Việt-Nam Thương Tín từ Guam trở về Việt Nam. Những đêm đó, thương con, nhớ chồng, Bà vừa quẹt nước mắt vừa "ngân nga" những lời tình tự:

"...Lonely rivers flow to the sea, to the sea,
Lonely rivers sigh 'Wait for me, wait for me'.
I'll be coming home, wait for me..." (3).

Nghe báo cáo, nhóm công an lên bắt bà Điên, còng tay. Bà Điên vẫn cười, hỏi:

- Biết anh Trực chôn ở đâu không?

Đám công an nạt:

- Địt mẹ, câm mồm!

Khi bị dẫn ngang nhiều người lớn và trẻ em tò mò đứng dọc theo bậc cấp dẫn xuống đường, bà Điên vẫn cười và hát.

"...Người Việt Nam quên nòi giống.
Một ngục tù nuôi da vàng.

Người Việt nằm nhớ nước non..." (4).

Vì bà Điên cứ hát tới hát lui bài này hoài, đám trẻ con thuộc. Thấy bà Điên bị tống vào xe, người lớn thở dài xót thương trong khi đám trẻ con hát vang:

"Một người già trong công viên.
Một người điên trong thành phố.
Một người nằm không hơi thở..." (5).

Chiếc xe vừa nổ máy, những người tò mò thấy bà Điên cố nhoài người ra, vừa cười vừa hát:

"...Một ngục tù trên quê hương.
Người Việt Nam quên nòi giống.
Người từng ngày xây uất hận.
Rồi hình hài khuất núi non!..."(6).

Bà Điên vừa hát đến đây, mọi người thấy một bàn tay bụm miệng Bà và một bàn tay khác nắm tóc Bà, ghì xuống!...

1.-Quốc ca Cộng Sản V.N.

2.-Giặc Cờ Đỏ của Cục Chính Huấn

3.-Unchained Melody của H. Zaret, A. North

4, 5, 6.- Ngày Dài Trên Quê Hương của Trịnh Công Sơn

VUI BUỒN GIÁNG SINH

Từ phòng khách, tiếng Piano rộn ràng trong nhạc khúc Jingle Bells của James Lord Pierpont gợi lại trong hồn bà Mai mùa Noel đầu tiên trên đất Mỹ, sau khi gia đình Bà vượt biển, đến Mã Lai.

Chiều gần Noel, năm 1977, Mai, sau khi tan sở, về nhà, cùng các con đi bộ đến chợ Safeway, mua thức ăn.

Trong chợ, vừa theo Mẹ chọn hoa quả, thịt, cá, v.v... vừa nghe ca khúc Jingle Bells chơi liên tục, các con của Mai đều ngạc nhiên và vui thích.

Trên đường về, Mai và các con, mỗi người ôm một

bao giấy – thời điểm đó chưa có bao nhựa – bên trong đựng thức ăn. Bất ngờ, một chiếc xe dừng lại. Cụ bà người Mỹ, quay cửa kính xuống, hỏi:

- Mấy người đi về đâu?

Mai đáp:

- Về đường Walnut.

- Tôi cũng ở đường Walnut. Lên xe tôi đưa về. Trời lạnh thế này, để mấy đứa bé đi bộ, không có áo lạnh, dễ bị bệnh!

Trong khi các con ngồi vào băng sau, Mai vừa bước vào, ngồi cạnh bà lái xe, vừa đáp:

- Thưa bà, tôi tên Mai. Tôi biết trời lạnh, nhưng chúng tôi không có áo lạnh, đành chịu thôi!

Vừa cho xe chạy từ từ, bà Kelly vừa nói:

- Hân hạnh được biết em. Tôi tên Kelly. Tại sao em không đi chợ sớm hơn cho đỡ lạnh?

- Sau khi tan sở, tôi phải đạp xe đạp gần một tiếng đồng hồ mới về đến nhà.

- Em có chồng hay không?

- Có. Chồng tôi tên Hảo, phải dọn dẹp khu vực trailers của người già cho xong; hơn nữa, đàn ông Á Đông, ít người biết chuyện nội trợ.

- Ở đây, trẻ con dưới 14 tuổi không được ở nhà mà không có người lớn, em biết không?

- Rất tiếc, tôi không biết!

- Chốc nữa tôi sẽ đưa số điện thoại của tôi cho em; khi nào em cần, gọi tôi, tôi sẽ đến trông chừng mấy đứa bé hộ em.

- Ô! Làm thế nào mà tôi có thể gặp được một phụ nữ tốt bụng như Bà! Bà Kelly! Làm ơn cho con được gọi Bà là Mẹ!

- Em muốn gọi tôi bằng danh xưng nào cũng được.

- Cảm ơn Mẹ. Từ bây giờ vợ chồng con là con của Mẹ; các con của con là cháu của Mẹ.

Bà Kelley cười tươi:

- Tốt! Tôi rất vui và sẽ cư xử với gia đình con đúng với danh xưng đó. Gia đình con từ đâu tới?

- Việt Nam.

Tự dưng nụ cười biến mất trên khuôn mặt của bà Kelly! Một chốc sau, như không nén được nỗi đau thương, bà Kelly lấy Kleenex thấm nước mắt. Mai ngạc nhiên:

- Tại sao Mẹ khóc? Nếu con lỡ lời, con xin lỗi; vì tiếng Anh của con còn "nghèo" lắm!

- Con không có lỗi gì cả.

- Thế thì tại sao Mẹ lại khóc khi con vừa nói lên hai tiếng Việt Nam?

- Brandon – con trai duy nhất của chúng tôi – đã tử trận tại chiến trường Việt Nam, vào một chiều gần Giáng Sinh!

- Oh, no! No!

Mai ôm mặt, khóc! Bà Kelly vỗ vỗ vào vai Mai:

- Không phải lỗi của con.

- Con biết. Nhưng sự hiện diện của chúng con đã vô tình khơi lại nỗi đau không bao giờ lành trong lòng Mẹ! Con rất tiếc!

Bà Kelly nói như đang mơ:

- Brandon tốt nghiệp từ United States Naval Academy với vị thứ rất cao, muốn xin tòng sự tại đơn vị nào cũng được; thế mà con tôi lại tình nguyện tham chiến tại Việt Nam!

Tên Brandon nghe quen quen, bây giờ bà Kelly lại cho biết Brandon xuất thân từ United States Naval Academy khiến Mai tò mò:

- Brandon họ gì, thưa Mẹ?

- Smith.

Mai sửng sờ, rồi than nho nhỏ:

- No way! Brandon Smith là Cao Bồi Texas; đây là Chicago mà!

- Làm thế nào con biết Brandon Smith là Cao Bồi Texas?

- Hồi đó, Hảo có một vị cố vấn tên Brandon Smith. Brandon đẹp trai, hát và đàn Guitar rất hay; vóc dáng hiên ngang không khác chi tài tử Ricky Nelson. Hảo và con thường đùa, gọi Brandon là Cao Bồi Texas. Brandon xác nhận biệt danh Cao Bồi Texas là do bạn hữu tặng cho Brandon từ khi Brandon còn học tại Memorial High School, Houston.

- Con không phải là người Mỹ, cho nên, con không nhận ra giọng Texas của tôi. Chúng tôi là dân Texas. Sau khi Brandon tử trận, chúng tôi dời lên Chicago để trốn chạy dĩ vãng đầy đau thương!

Trong khi Mai hoang mang tột cùng, bà Kelly than:

- Chúa ơi! Tại sao lại có sự trùng hợp kỳ lạ này?

- Con cũng không hiểu!

- Con có thể cho tôi đưa con và các cháu gặp chồng tôi rồi con nói về Brandon Cao Bồi Texas cho chồng tôi nghe hay không?

- Con không dám xác quyết Brandon của Bố Mẹ

có phải là Brandon Smith, ngày trước là cố vấn cho chồng của con hay không.

- Không sao. Con cứ kể những gì con biết về Brandon Cao Bồi Texas cho chồng tôi nghe; ông ấy sẽ kiểm chứng với Bộ Quốc Phòng.

Bà Kelly lái chầm chậm, dường như Bà đang bị phân tâm rất nhiều. Mai im lặng, nhìn ra khoảng không gian rực rỡ ánh đèn, lòng bồi hồi với niềm thương cảm. Xe chạy qua chiếc cầu nho nhỏ. Thấy ánh đèn phản chiếu trên dòng nước lặng lờ, Mai thở dài, chạnh nhớ những dòng sông xưa!

Trên một trong những dòng sông nhuộm máu đó, vào một chiều gần Giáng Sinh, năm 1970, đoàn chiến đỉnh – do Hảo chỉ huy – đang ủi bãi tại Xẻo Rô. Trong khi đang viết bài tường thuật về trận đụng độ ngày hôm trước giữa Giang Đoàn 26 Xung Phong với Việt cộng, tại quận Kiên An, Mai nghe tiếng Guitar văng vẳng trong không gian lắng đọng của muôn loài. Nghĩ rằng tiếng đàn đó cũng do một trong các anh thủy thủ "từng tưng" cho đỡ buồn sau những lúc trực diện với cuộc chiến "nồi da xáo thịt" do ông Hồ Chí Minh chủ xướng, Mai không để ý. Bỗng dưng Mai nhận ra dòng nhạc lạ và rồi tiếng hát văng vẳng, từ mũi chiếc Command. Chỉ một thoáng sau, tiếng hát lớn dần và Mai nghe:

"... I just want you for my own
More than you could ever know
Make my wish come true
All I want for Christmas is you..." (1)

Mai thầm nhủ: "Lại 'anh chàng' Cao Bồi Texas Brandon Smith"! Giữa khi Mai xót xa theo niềm thương nhớ trong tiếng đàn dìu dặc và giọng hát nồng nàn của Brandon, Hảo nhận được lời kêu cứu – qua máy truyền tin – của thiếu tá Phép, quận Trưởng quận Gò Quao.

Đoàn chiến đỉnh cấp tốc khởi hành, hướng về Chương Thiện.

Trước khi đoàn chiến đỉnh từ sông lớn quẹo vào dòng sông nhỏ để đến giải vây quận Gò Quao, Hảo ra lệnh cặp Foms và chiếc Combat tác xạ tối đa vào khúc cua ngặc; thế mà, không biết từ đâu, một trái B-40, bắn trực xạ vào chiếc Command trong khi Hảo và Brandon đang đứng gần mũi chiếc Command để chỉ huy! Hảo bị thương nặng. Brandon và anh truyền tin bị tử thương!

Dòng hồi tưởng của bà Mai vừa đến đây, tiếng gõ cửa đưa Bà trở về hiện tại. Mở cửa phòng, thấy Cindy – cháu Nội của Bà đi học xa, về nghỉ lễ Giáng Sinh với hai cô bạn cùng phân khoa: Debbie và Laura – bà Mai cười, hỏi bằng tiếng Anh:

- Trang hoàng xong chưa, con?

- Xong rồi. Mời "Ba Noi" dùng cơm chiều.

Trong bữa cơm chiều đầm ấm, sau khi nói chuyện với Debbie và Laura, bà Mai khuyên:

- Các cháu cố gắng nói tiếng Việt, nha!

Laura đáp bằng tiếng Anh:

- Ba Má cháu cũng dặn cháu như thế; nhưng trong trường không ai nói tiếng Việt cả, nên cháu không biết nhiều.

- Các cháu cứ cố gắng nói tiếng Việt khi điều kiện cho phép.

Ba cô sinh viên "chụm" vào nhau, thầm thì rồi cười. Bà Mai đùa, bằng tiếng Việt:

- Mấy người "nói hành" Bà, phải không?

Laura, Debbie và Cindy ngơ ngác nhìn mọi người. Mẹ của Cindy dịch câu nói của bà Mai sang tiếng Anh. Laura cố gắng đáp bằng tiếng Việt "ba rọi":

- Dạ khon. Con chi muốn bét, một ... "đúa" nua đâu?

Bà Mai ngạc nhiên, hỏi bằng tiếng Anh:

- Một "đứa" nữa là đứa nào? Nói tiếng Anh đi, Laura!

Laura đáp:

-"Ong Noi" của Cindy!

Không ai dám cười! Lúc này Cindy mới cho Laura và Debbie biết ông Hảo vừa qua đời cách nay vài năm! Ba cô sinh viên lại thì thầm. Cindy nói tiếng Anh:

-"Ba Noi"! Debbie nói "Ba Noi" trẻ và đẹp!

Bà Mai cười:

- Cảm ơn Debbie. Con biết Bà bao nhiêu tuổi không?

Debbie lắc đầu. Bà Mai nói số tuổi của Bà. Debbie và Laura tròn mắt, ngạc nhiên. Laura "ậm ự" một chốc rồi nói chầm chậm bằng tiếng Việt:

- Ba...ăn... gian!

Mọi người giật mình. Debbie cố gắng nói tiếng Việt:

- Ba nhiêu nam, nhưng Bà khon ... "cũ"! (Bà nhiều tuổi nhưng bà không già)

Tiếng Việt "ba rọi" của thế hệ di tản thứ ba làm mọi người cười vui bao nhiêu thì bà Mai lại cảm thấy đau lòng bấy nhiêu!

Nhận ra nét không vui trên khuôn mặt người Mẹ đa cảm, con trai của bà Mai chuyển đề tài:

- Măng! Sáng nay, vô tình xem youtube do nhà thơ Sa Chi Lệ thực hiện và diễn ngâm thơ của thi sĩ Hoàng Vũ Bão, con thấy hay ghê đó, Măng.

- Ờ, bác Sa Chi Lệ thực hiện youtube đó rất công phu.

- Con nghĩ, Măng nên về Việt Nam, thăm lại những nơi Măng đã có nhiều kỷ niệm như ông Hoàng Vũ Bão đã đề cập trong tập thơ của ông ấy.

- Thôi, con!

- Măng không buồn, tiếc gì cả à?

- Buồn thì có buồn; tiếc thì không!

- Sao lại không tiếc?

- Măng thà làm một "Thủy Thủ không số quân" để thấy được sự dã man, tàn ác của chiến tranh; để thấy được sự chiến đấu can cường của người Lính Việt Nam Cộng Hòa (VNCH); để thấy rõ sự vô nhân tính, sự tàn độc, xảo trá và kỹ thuật đánh lén rất hèn hạ – như núp sau lưng trẻ em và đàn bà – của cộng sản Việt Nam (csVN); để được chiêm ngưỡng vẻ đẹp tuyệt vời của Quê Hương mình...

Bà Mai vừa nói đến đây, điện thoại cầm tay của Bà rung. Sau khi người gọi xin lỗi, vì nhầm số, bà Mai chợt nhớ, hôm nay chưa đọc tin tức.

Sẵn điện thoại, bà Mai vào BBC news tiếng Việt, thấy bảng tin ngày 21-12-2021: Giải thưởng Lenin cho TBT Trọng không phải chính thức của Liên bang Nga.

Link: https://www.bbc.com/vietnamese/world-59741041

Theo bảng tin này, ngày 15/12/2021 TBT Nguyễn Phú Trọng được một quan chức đảng cộng sản liên bang Nga (không cầm quyền) trao tặng giải thưởng Lenin tại Hà Nội.

Đọc qua bảng tin, bà Mai chú ý đến đoạn: Các báo Việt Nam viết: *"Việc đảng cộng sản liên bang Nga trao tặng tổng bí thư Nguyễn Phú Trọng giải thưởng cao quý này nhân dịp 150 năm kỷ niệm ngày sinh của Lênin thể hiện sự trân trọng và ghi nhận đối với những đóng góp xuất sắc của tổng bí thư - nhà hoạt động chính trị lỗi lạc, được đánh giá cao tại Nga và trên thế giới, trong việc phấn đấu vì công bằng, nhân văn và tiến bộ xã hội; vì sự nghiệp xây dựng chủ nghĩa xã hội và nghiên cứu làm phong phú lý luận và thực tiễn cho việc phát triển chủ nghĩa Mác - Lênin, cũng như những nỗ lực không ngừng nhằm củng cố quan hệ hữu nghị Việt Nam - Liên bang Nga."*

Truyền thông Việt Nam cũng nói: "Đây là *giải thưởng cao quý nhất của đảng cộng sản liên bang Nga và đảng cộng sản Liên Xô (cũ)".*

Bà Mai tò mò, muốn tìm hiểu xem có vị lãnh tụ nào của chính thể VNCH nhận giải thưởng từ chính phủ Hoa Kỳ hay không mà Quân Lực VNCH lại bị csVN gán cho ba chữ "lính đánh thuê"?

Trong khi tìm kiếm, bà Mai vô tình "gõ" tên Tổng Thống Nguyễn Văn Thiệu.

Đọc qua bảng tin trên wikipedia, bà Mai lưu ý đoạn này: "*... In his farewell speech, Thiệu said, 'I resign, but I do not desert,'* but he fled to *Taiwan* on a *C-118* transport plane five days later. According to *Morley Safer, the CIA was involved in the flight of Thiệu, his aides, and a 'planeload of suitcases containing heavy metal,' though it was revealed in 2015 by Tuổi Trẻ, a Vietnamese news source, that the 'heavy metal', which was 16 tons of gold, was left behind and given to the Soviet Union from 1979 onwards."*

Đấy, Tổng Thống Nguyễn Văn Thiệu đã không nhận giải thưởng nào của Hoa Kỳ mà Tổng Thống Nguyễn Văn Thiệu cũng không đem theo tài sản của Quốc Gia VNCH khi Ông rời Việt Nam, 1975.

Cũng theo phân đoạn trích dẫn bên trên, sự tiết lộ, năm 2015, của báo Tuổi Trẻ, cơ quan báo chí của Việt Nam, thì, 16 tấn vàng – tài sản của Quốc Gia VNCH để lại – đã được tặng cho Nga Sô kể từ năm 1979.

Báo Tuổi Trẻ đã "tránh né" một cách khéo léo khi không nêu danh tánh của tổ chức, đảng phái hoặc cá nhân nào đã tặng 16 tấn vàng cho Nga Sô.

Nhưng, ngược dòng lịch sử, bà Mai thấy: Năm 1979 là thời điểm toàn nước Việt Nam đã bị csVN khống trị rồi. Thế thì csVN không tặng 16 tấn vàng cho Nga Sô thì ai tặng?

Căn cứ vào tài liệu đã dẫn, bà Mai cay đắng nhận ra rằng: Chính đảng và người csVN đã dâng tài sản Quốc Gia cho Nga Sô từ năm 1979, đúng vào giai đoạn toàn dân Việt Nam sắp chết đói vì thời bao cấp; nếu không nhờ ngoại tệ của người Việt di tản gửi về!

Gần nửa thế kỷ qua, lúc nào người csVN cũng "rêu rao" trên mọi phương tiện truyền thông rằng Quân Lực VNCH là lính đánh thuê!

Thế thì, người csVN, kể cả "bộ đội ông Hồ" và ông Nguyễn Phú Trọng, từ năm 1979, dâng tài sản của Quốc Gia – 16 tấn vàng của VNCH để lại – cho Nga Sô; ngày nay ông Nguyễn Phú Trọng nhận giải thưởng cao quý nhất của Nga Sô nhân sinh nhật 150 năm của Lênin, thì người csVN, "bộ đội ông Hồ" và ông Nguyễn Phú Trọng thuộc hạng người gì?

Câu trả lời xin dành cho những người Việt Nam yêu nước!

1.- Của Mariah Carey, Walter Afanasieff.

THƯƠNG VỀ UKRAINE

In this handout photo taken from video released by Ukrainian Police Department Press Service, Military helicopters apparently Russian, fly over the outskirts of Kyiv, Ukraine, Thursday, Feb. 24, 2022.

Tựa đề trong bản tin của Danielle Wallace trên Fox News làm cho lòng tôi nặng chĩu lo âu: *"Russia invades Ukraine in largest European attack since WWII."*

Cũng có tin làm tôi vui, như bản tin sau đây của Oksana Markarova, ngày 24 tháng 02/2022, trên

Yahoo News: *"... Ukrainian Ambassador to the U.S. Oksana Markarova said Thursday that a platoon of Russian soldiers surrendered to the Ukrainian military, saying they 'didn't know that they were brought to Ukraine to kill Ukrainians.'..."*

Link: https://news.yahoo.com/ukrainian-ambassador-says-russian-platoon-201138508.html

Đọc câu đó xong, tôi thở dài, nhận ra, Nga cũng dùng luận điệu tuyên truyền xảo trá, gian manh y như luận điệu của ông Hồ Chí Minh và đảng cộng sản Việt Nam (csVN) đã đầu độc người dân miền Bắc và "bộ đội ông Hồ" với chiêu bài chống "chống Mỹ 'kíu' nước" để xẻ Trường Sơn, vượt vĩ tuyến vào Nam tiêu diệt người miền Nam!

Cũng ngày 24 tháng 02/2022 @ 8:20PM, trên ABC News, tôi thấy bản tin của Kiara Alfonseca và Jill Tatara với tựa đề: *"Protesters worldwide take to the streets against Russian aggression in Ukraine."* Tiếp theo là: *"The streets of several major cities across the globe transformed into seas of blue and yellow Ukrainian flags on Thursday. Protesters are demanding action from their local leaders regarding the Russian invasion into Ukraine, which has already claimed dozens of lives..."*.

Tôi vui về sự hậu thuẫn của thế giới dành cho

Ukraine bao nhiêu thì tôi cũng tiếc cho miền Nam Việt Nam bấy nhiêu!

Trước năm 1975, miền Nam Việt Nam phải nhận chịu những cuộc xâm lăng quy mô, dữ dội và tàn bạo của csVN – Mậu Thân, 1968; Mùa Hè Đỏ Lửa, 1972; Xuân uất hận, 1975 và không biết bao nhiêu cuộc cường tập đẫm máu khác dọc biên giới Việt Miên Lào – do csVN dùng vũ khí của Nga Tàu, vượt Trường Sơn, vượt vĩ tuyến 17, xâm lăng miền Nam để tàn sát chúng tôi.

Cuộc xâm lăng rất dữ dội và dã man đầu tiên của csVN trên toàn lãnh thổ miền Nam năm 1968 đã bị Quân Lực Việt Nam Cộng Hòa (VNCH) "bẻ gãy".

Cuộc xâm lăng tàn ác và đẫm máu lần thứ hai của csVN, năm 1972, cũng bị Quân Lực VNCH đẩy lùi.

Cuộc xâm lăng năm 1975, Quân Lực VNCH còn súng nhưng không còn đạn; còn máy bay, tàu thủy và xe tăng, nhưng không còn dầu và xăng; vì Mỹ đã rút quân, ngưng mọi viện trợ – kể cả vũ khí, quân nhu, tiếp liệu và y tế cho VNCH – trong khi Nga và Trung cộng vẫn cung cấp vũ khí và tiếp liệu cho csVN; bằng cớ là đoàn thiết giáp tiến vào Saigon sáng 30/04/1975 được biến chế tại Trung cộng và Nga.

Tôi tin chắc rằng, nếu các thời điểm 1968, 1972, 1975, phương tiện truyền thông mạnh như ngày nay thì miền Nam Việt Nam cũng đã nhận được sự yểm trợ dồi dào cả vật chất lẫn tinh thần từ nhiều cường quốc. Ông Hồ Chí Minh cũng như đảng csVN đã bị thế giới lên ác gắt gao và nặng nề về hành động xâm lăng VNCH – một nước độc lập, có chủ quyền – như ông Putin đã và đang bị cộng đồng thế giới lên án trong mấy ngày qua!

Khi tìm đọc sự thiệt hại của người dân Ukraine, thấy bảng tin của Zurich ngày 27 tháng 02/2022 trên Reuters: *"Russia-Ukraine crisis | U.N. reports at least 240 civilian casualties, 64 deaths in Ukraine..."* tôi thở dài, lòng xót xa vô vàn! Tôi xót xa cho người dân Ukrainians chỉ vài phần; phần còn lại, tôi tưởng nhớ nạn nhân người miền Nam trong những cuộc thảm sát "chưa từng thấy" – chữ của csVN – do quân csVN thực hiện, năm Mậu Thân, 1968, trên phần đất miền Nam Việt Nam thân yêu "của tôi"!

Thế mà, ngày nay, csVN buộc dư luận viên của csVN phải viết trên Wikipedia rằng: "Toàn dân nổi dậy". Nếu "toàn dân nổi dậy" bắn giết người miền Nam thì, tại sao, suốt cuộc chiến tương tàn gần 21 năm, bất cứ biến động quân sự nào xảy ra, người dân dưới vĩ truyến 17 cũng chạy về phía VNCH chứ chưa bao giờ có nhóm dân chúng miền Nam nào chạy ra Bắc?

Cuộc thảm sát do csVN thực hiện năm Mậu Thân, chỉ thành phố Huế – quê Ngoại của tôi – mà đã có hơn

06 (sáu) ngàn người bị giết hoặc chôn sống. Thế mà ngày nay dư luận viên csVN viết trên Wikipedia rằng sự thiệt hại nhân mạng quá cao trong cuộc thảm sát năm Mậu Thân là do Mỹ thả bom! Thế thì hỏa tiễn 122 ly từ hướng Trường Sơn "nả" ào ạc, "nả" điên cuồng vào Huế và các tỉnh thành khắp miền Nam Việt Nam do ai bắn?

Ngày 25 tháng 02/2022, bản tin trên BBC đăng cuộc đối thoại ngắn giữa BBC và Bà Nataliya Zhynkina – đại diện lâm thời Ukraine tại Việt Nam:

- Chính phủ Ukraine mong đợi điều gì ở Việt Nam, thưa bà?

Bà Nataliya đáp:

- Tất nhiên, cuộc chiến đang xảy ra cách Hà Nội 8.000 km, và Việt Nam hiện giờ chỉ quan sát như một bộ phim kinh dị: các cuộc pháo kích và không kích vào các làng mạc và thị trấn của Ukraine, các quân đoàn xe tăng vượt qua biên giới của một quốc gia độc lập.

Chúng tôi hy vọng rằng Việt Nam sẽ đánh giá thẳng thắn và kiên quyết đây là hành vi vi phạm luật pháp quốc tế, vốn luôn có lợi cho các nước nhỏ trong việc phản đối sự xâm phạm của các nước láng giềng hiếu chiến, cũng như chỉ đích danh kẻ xâm lược.

Đọc xong hai phân đoạn trên rồi nhìn ảnh của bà Zhynkina, tâm hồn tôi chùng xuống! Bà Zhynkina – cũng như dư luận viên csVN hiện nay – còn trẻ quá, làm thế nào hiểu được sự thật trong những cuộc xâm lăng đầy man rợ của csVN vào miền Nam Việt Nam; vì lịch sử Việt Nam đã và đang bị csVN chỉ thị phải viết theo chiều hướng có lợi cho csVN rồi!

Xóa nhòa lịch sử là hành động vô ý thức, vô trách nhiệm đối với một dân tộc!

Ngày nay, người csVN ngồi bên bàn rượu, tay vuốt ve "em gái chân dài", mồm há ra "đớp" thịt – như tướng csVN Tô Lâm – hoặc khoe thành tích và bằng cấp của con cháu du học tại xứ "tư bản giãy chết" Hoa Kỳ thì mới nhìn cuộc chiến do Nga tấn công Ukraine như quan sát bộ phim kinh dị!

Riêng tôi – qua những lần tháp tùng các cuộc hành quân hỗn hợp của các đơn vị tác chiến Hải Quân VNCH – đã khóc vì tận mắt thấy máu của bạn hữu, của người thân và của người Lính VNCH chan hòa trên từng thước đất, từng khóm tranh, từng bụi chuối hoặc trên những dòng sông hiền hòa nhưng đầy mìn bẫy do Nga và Trung cộng chế tạo thì rất xót xa thương cảm cho thân phận của người dân và người lính của Ukraine! Không bao giờ tôi có thể nghĩ cảnh máu đổ, thịt rơi, tiếng gào thét đớn đau hòa với âm vang của súng đạn là một phim kinh dị!

Cả thế giới đều thấy, khi Trung cộng khuấy động biển Đông, đưa giàn khoan dầu và chiến hạm vào hải phận Việt Nam thì, ngày 11-06-2021 @ 10:25 báo Người Lao Động đưa tin: *"(NLĐO) – 5.000 lá cờ được Chủ tịch nước Nguyễn Xuân Phúc trao tặng cho ngư dân các vùng biển đảo trên cả nước thông qua Chương trình 'Một triệu lá cờ Tổ quốc cùng ngư dân bám biển' ..."*

Link: https://nld.com.vn/chinh-tri/chu-tich-nuoc-nguyen-xuan-phuc-gui-tang-5000-la-co-cho-chuong-trinh-mot-trieu-la-co-20210611093436909.htm

Đấy, Trung cộng ngang nhiên khiêu khích Việt Nam mà csVN chỉ dám... tặng cờ cho ngư phủ để ngư phủ "bám biển" thì làm thế nào sự kiện Nga tấn công Ukraine mà csVN dám tỏ bày quan điểm của csVN được!

Ngày 26 tháng 02/2022 tựa đề bản tin trên BBC: *"Lãnh đạo thế giới thề 'không quay lưng' với Ukraine. Các nhà lãnh đạo toàn cầu đã phản ứng trước tin tức về cuộc xâm lược của Nga vào Ukraine.*

Nhiều lãnh đạo cực lực lên án hành động của Putin và tuyên bố thêm các biện pháp trừng phạt chống lại nước này...

Ngoài ra, Hoa Kỳ, Nhật, Canada, Đức, Anh, Liên

Hiệp Âu Châu cũng 'Move to block' 'selected' Russian Banks from Swift".

Ngày 27 tháng 02/2022, theo bản tin của Emma Babola và Mark Herbers, trên The New York Times, @ 10:30 AM thì: *"A growing number of countries announced Sunday that they were closing their airspace to Russian planes in response to Russia's invasion of Ukraine.*

Belgium, Canada, Denmark, France, Iceland, Italy, the Netherlands and Spain joined at least a dozen European countries that had made similar announcements."

Link: https://news.yahoo.com/more-countries-ban-russian-flights-163043999.html

Trong khi các cường quốc tìm cách trừng phạt Nga thì – theo bản tin của Pilar Arias trên Fox news, ngày 24/02/2022 @ 9:34 AM EST – phản ứng của Trung cộng lại như thế này: *"Beijing on Thursday refused to critizize Russia's attack on Ukraine, instead calling for a diplomatic solution. China also approved the importation of Russian wheat, a move that could blunt the effects of sanctions levied on the Kremlin".*

Link:https://www.foxnews.com/world/world-leaders-reacts-to-ukraine-russia-invasion

Còn đại sứ csVN tại Ukraine, theo bản tin trên BBC, ngày 24 tháng 02/2022, thì: *"Nga xâm lược Ukraine, Đại sứ VN tại Ukraine 'vô tư, hài hước' trước tình hình?"*

Báo chí trong nước không được dùng động từ "xâm lăng" hoặc "xâm lược"!

Hai hôm trước cuộc xâm lăng của Nga, Đại sứ Việt Nam tại Ukraine, Nguyễn Hồng Thạch, vẫn tin rằng *"tâm lý xáo trộn là từ Việt Nam sang"* và nêu *phương án "để bà con sơ tán sang Nga"*.

Ngày 23/2, người phát ngôn Bộ Ngoại Giao Việt Nam đã lên tiếng: *"Việt Nam quan tâm theo dõi những diễn biến căng thẳng gần đây xung quanh tình hình Ukraine và kêu gọi các bên kiềm chế, tăng cường nỗ lực đối thoại, thúc đẩy các biện pháp ngoại giao nhằm giải quyết hòa bình các bất đồng trên cơ sở tôn trọng Hiến chương Liên hợp quốc và các nguyên tắc cơ bản của luật pháp quốc tế, góp phần bảo đảm hòa bình, an ninh, ổn định ở khu vực và trên toàn thế giới."*

Đọc xong phân đoạn trên, tôi cười như mếu! Ai đời kẻ cướp – csVN – mà nói lời đạo hạnh để dạy Ukrainians! Nếu csVN biết nghĩ như câu nói của phát ngôn viên Bộ Ngoại Giao csVN thì tại sao chính người csVN đã nhiều lần vi phạm Hiệp Ước Đình Chiến với VNCH để tàn sát người dân miền Nam; sau

30/04/1975 csVN lại nhốt tù tất cả tinh hoa của miền Nam?

Hiện nay, trên Wikipedia, về sự kiện csVN xâm lăng miền Nam năm 1968, dư luận viên của csVN đã sửa là "ngưng bắn đơn phương"? Xin lỗi! Lãnh đạo miền Nam Việt Nam đều là những vị có văn hóa cao, có giáo dục và đức dục chứ không có vị nào xuất thân là kẻ làm bồi, phụ bếp – như ông Hồ Chí Minh!

Điều không ai có thể chối cãi là: Chính Tổng Tống VNCH Nguyễn Văn Thiệu đã "tặng" người csVN câu: *"Đừng nghe những gì csVN nói mà hãy nhìn những gì csVN làm"* thì làm thế nào lãnh đạo miền Nam có thể tin người csVN đến độ chấp nhận "ngưng bắn đơn phương" được?

Bản tin của Paul Best trên Fox News, ngày 01/03/2022 viết rằng: *"Ukraine refugees top 677,000 in what could be 'Europe's largest displacement crisis this century,' UN says"*.

Thế thì cuộc di tản đầu tiên của người miền Nam Việt Nam – do Hải Quân VNCH thực hiện vào khuya 29 tháng Tư năm 1975 – và sau đó, những cuộc vượt biển, vượt biên bằng đường bộ là cuộc trốn chạy cộng sản vĩ đại nhất tại Đông Nam Á, trong thế kỷ 20!

Trong những bản tin tiếng Việt mà tôi đã đọc trong mấy ngày qua, tôi nghĩ, câu của ông **Mạc Văn Trang**

– trên báo Tiếng Dân, ngày 27 tháng 02/2022 về việc Nga xâm lăng Ukraine – còn ẩn chứa được chút tình người: "... *Cuộc xâm lăng này có lẽ kết thúc nhanh thôi, nhưng nó gây ra chết chóc đau thương, tàn phá cơ sở hạ tầng, phá hoại kinh tế, khủng hoảng xã hội không kể xiết. Nhưng nguy hiểm nhất là gây lòng hận thù sâu sắc giữa hai dân tộc láng giềng vốn từng là anh em ...*"

Tôi đồng ý với ông Mạc Văn Trang về hệ quả khốc hại sau cuộc chiến do Nga tạo nên. Nhưng, ông Mạc Văn Trang chỉ đề cập đến *"lòng hận thù sâu sắc giữa hai dân tộc láng giềng vốn từng là anh em"*.

Thế thì, người cùng chủng tộc, cùng ngôn ngữ, cùng là con của Mẹ Âu cơ như người miền Nam chúng tôi và người csVN mà, sau 30/04/1975, người csVN đã giáng xuống thân phận người miền Nam chúng tôi – người sống cũng như Tử Sĩ VNCH – những đòn thù quá thâm độc, quá tàn bạo, quá dã man và phi lý thì lòng thù hận trong lòng chúng tôi sâu đến độ nào?

TIẾNG HÁT CHIỀU XUÂN

Người phụ trách giới thiệu chương đêm Văn Nghệ Liên Trường do sinh viên Việt Nam toàn tiểu bang tổ chức mừng Xuân đến cạnh, báo cho Pete Võ biết sắp đến mục đơn ca của chàng. Pete cảm thấy hơi khớp; vì đây là lần đầu tiên Pete xuất hiện trước công chúng. Nhưng, vì bất ngờ bị Dana Nguyễn – High school sweet heart của Pete – cắt đứt liên lạc, Pete nghĩ chàng nên nhân cơ hội này, mượn lời ca để thể hiện tình cảm của chàng dành cho nàng. Ý nghĩ này giúp Pete trở nên bình tĩnh!

Tiếng vỗ tay dịu xuống khi ban nhạc vừa dạo xong phân đoạn đầu. Mấy câu đầu Pete hát rất bình thường, phát âm rõ, ngân dài. Nhưng đến đoạn điệp khúc, Pete chợt cảm thấy xúc động vì nhớ những buổi chiều Dana đàn, tập cho chàng hát. Nét mặt của Pete trở nên buồn vô cùng:

"...Tell me, tell me that your sweet love hasn't died...

Maybe I didn't hold you all those lonely, lonely times...

If I make you feel second best, girl, I'm sorry I was blind.

You were always on my mind..." (1)

Pete xúc động dạt dào vì tình cảm chàng dành cho Dana hơi đậm đà. Riêng Dana, nàng chỉ cảm thấy buồn buồn; vì cả hai chỉ quen biết nhau, hơi thân mật hơn hai người bạn bình thường, chứ chưa đủ nồng độ để đưa đến yêu đương.

Lòng buồn buồn, sau khi chấm dứt phần đơn ca, Pete lẳng lặng đi ra bãi đậu xe. Rời khỏi hội trường chỉ một đoạn ngắn, chợt nhớ, trong chương trình văn nghệ cũng có phần trình diễn của Dana, Pete đổi ý, quay vào; vừa khi đó điện thoại cầm tay của Pete "rung". Pete "Hello". Giọng nam vang lên cùng nhiều âm thanh hỗn tạp từ đầu giây bên kia:

- Địt mẹ, mày đang ở đâu? Sao mấy tuần nay mày ".éo" trả lời điện thoại làm ông tưởng mày đổi số. Địt mẹ, hết tiền thì "điện" về để ông Cố Ngoại mày gửi tiền sang chứ sao lại "chốn"?

- Câm mồm, ông mà "chốn" chúng mày à?

- Không "chốn" thì đến ngay đi. Chúng nó đang ở đây, đủ cả.

Pete chưa kịp đáp chợt nghe giọng thằng nào oang

oang:

- Chắc nó đang ở chỗ Đại Hội Văn Nghệ "Niên Chường" mừng Xuân. Giọng nam đáp lời thằng đó mà cũng vừa nói với Pete:

- Ừ, tớ cũng nghĩ thế. Ôi giời! Mừng Xuân mừng xiết "nàm" ".éo" gì! Đến đây vui hơn, tụi tao chờ, nhá! Pete hơi xiêu lòng, vì cơn ghiền bị nén mấy tuần qua. Nhưng, liền khi đó Pete nhớ đến Dana và lý do nàng không liên lạc với chàng, Pete đáp:

- Chúng mày đừng "niên nạc" với tao nữa, có được không?

- Úi giời! Sao nhát thế? Có gì thì bán bớt cái nhà mày đứng tên đó mà chơi cho "xướng" chứ "xao" "nại" "xợ"!

- Ông ".éo" sợ thằng nào cả.

Chẳng cần nghe đáp, Pete tắt điện thoại, trở lại hội trường.

Vừa bước vào hội trường, Pete thấy Dana đang độc tấu Violon. Dana thướt tha, uyển chuyển theo sự di động dịu dàng và đều đặn của tay phải khi archet được đẩy lên hoặc kéo xuống. Đôi mắt của Dana khép hờ như say mê, như đắm hồn trong dòng Waltz of The Flowers của Tschaikowsky. Pete đã nghe Dana tập đàn nhạc khúc này nhiều lần, nhưng Pete không thể lãnh hội được gì; vì, theo lời khuyên của Dana và bà Lan – Bà Nội của Dana – Pete chỉ mới bắt đầu học ký âm pháp thôi. Đáng ra, Dana sẽ đàn piano cho Pete hát, nhưng, vì tình cờ biết được, sau giờ đến trường, Pete chỉ miệt mài trong những canh bạc với nhóm bạn con cháu của đại gia và "tai to mặt lớn" trong chính quyền cộng sản Việt Nam (csVN) sang Mỹ du học, Dana chấm dứt liên lạc với chàng.

Dana chấm dứt liên lạc với Pete không phải vì lý do chính trị; vì không ai giảng giải cho nàng biết được sự khác biệt giữa Việt Nam hiện tại và Việt Nam mà gia đình nàng phải bỏ lại từ năm 1977! Dana, cũng như những người cùng thế hệ sinh tại Mỹ, không biết tiếng Việt, hoặc là cảm thấy thoải mái hơn khi nói tiếng Anh; vì vậy, khi đàm thoại với Dana, Pete cũng phải nói tiếng Anh – dù không mấy lưu loát!

Sau khi Dana trình diễn xong, Pete đi vội vào sau hội trường để tìm nàng.

Đang cho Violin vào hộp, đậy nắp lại, Dana nghe tiếng Pete:

- Hi, Dana!

Vẫn cúi gài khóa hộp đàn, Dana đáp một cách hờ hững "Hi!" Pete kiên nhẫn:

- Làm ơn cho anh giải thích.

- Có gì đâu mà giải thích. Chúng ta là bạn học cùng trường, gặp nhau chào hỏi. Thế thôi!

- Dana, làm ơn!

- Em phải đi. Bye.

Pete muốn theo Dana ra bãi đậu xe, nhưng tự ái của một thanh niên giữ chàng lại.

oOo

Đến gần, bà Lan nhận ra cờ đỏ sao vàng của csVN và nhóm người mang biểu ngữ biểu tình chống Tàu cộng trông rất trẻ. Bà Lan muốn lái xe ngang xem khoảng bao nhiêu người biểu tình; nhưng ông cảnh sát ra dấu, không cho xe của bà đến gần toán biểu tình. Bà Lan quẹo xe vào bãi đậu, đi bộ đến gần xem con cháu nhà ai lại dám cầm cờ csVN? Bất ngờ bà Lan nghe một giọng nữ reo vui "Ba Noi!" Bà Lan giật mình, tưởng Bà nghe nhầm; nhưng không, một bàn tay vẫy vẫy về phía Bà và giọng tiếng Anh rõ hơn:

- Hi, "Ba Noi"! Đến đây! Đến đây với chúng con!

Bà Lan tròn mắt kinh ngạc, miệng há hốc khi nhận ra cô gái đó là Dana! Bà Lan khóc, ngồi xuống vệ đường! Dana hoảng hốt chạy đến:

- Cái gì xảy ra, "Ba Noi"? Hey, Pete, tới đây!

Pete "phóng" nhanh đến. Cùng với ông cảnh sát, Pete và Dana dìu bà Lan đến gần gốc cây. Thấy bà Lan cứ khóc, Dana lo lắng:

- "Ba Noi", Bà bị cái gì? Muốn con gọi 911 không?

- Không!

Ông cảnh sát khom xuống, hỏi bà Lan:

- Bà cảm thấy như thế nào?

- Tôi chỉ bị xúc động. Tôi okay.

Ông cảnh sát trở lại vị trí của ông. Bà Lan nghẹn ngào, hỏi Dana:

- Dana! Tại sao con lại có mặt trong nhóm biểu tình này?

- Tại sao không? Con biểu tình chống Tàu cộng xâm nhập vùng biển Việt Nam mà.

Thấy Pete, bà Lan khóc òa:

- Bà hiểu rồi! Bà không ngờ!

Dana quay sang Pete:

- Pete! Đến hỏi ông cảnh sát xem anh có thể đem xe vào đây để đưa "my Ba Noi" về hay không?

- Không! Bà không muốn liên hệ gì với Pete nữa. Bà không muốn Pete đến nhà.

Dana không hiểu nguyên do nào "Ba Noi" lại không thích Pete nữa; nhưng nàng nghĩ sẽ tìm hiểu sau:

- "Ba Noi"! Con bảo đảm với Bà, Pete sẽ không làm gì tổn hại đến Bà.

- Con ngây thơ lắm. Con không hiểu những người đứng dưới ngọn cờ máu đó đâu!

- Cờ máu gì?

- Lá cờ mà con đã nghe lời Pete rủ rê để làm Bà gần đứng tim đó.

Dana ngạc nhiên, nhìn Pete.

Sau mấy tuần tuyệt giao với Pete, cuối cùng Dana cũng phải xuôi lòng trước sự kiên nhẫn của Pete. Pete xin nàng cho chàng cơ hội cuối cùng để thoát khỏi sự đam mê cờ bạc. Để tỏ thái độ tha thứ, Dana nhận lời đi chơi với Pete cùng với nhóm bạn. Khi đến địa điểm, Dana thấy nhiều cờ đỏ nhưng nàng chẳng cần để ý! Gặp nhau Pete mới cho Dana biết đây là cuộc biểu tình của sinh viên Việt Nam sang Mỹ du học chống Tàu cộng xâm lăng biển đảo Việt Nam. Dana tham gia vì nhận thấy đây là mục đích tốt. Bây giờ nghe bà Lan tỏ ý giận Pete, Dana cũng nghĩ nàng sẽ tìm hiểu sau:

- "Ba Noi"! Chuyện lá cờ mình nói sau.

Dana lại bảo Pete đến xin phép ông cảnh sát để đem xe vào khu vực này đón bà Lan. Pete chạy đi. Khi trở lại, Pete cho biết ông cảnh sát bảo "okay". Sau khi nhờ Pete đi lấy xe, Dana tiếp:

- Bây giờ con đưa Bà về. Pete sẽ lái xe của Bà về. Con sẽ dặn Pete đừng vào nhà. Bà nghe lời con đi. Pete sẽ không làm gì hại Bà đâu.

Trong khi Dana lái xe, bà Lan nghĩ đến khuôn mặt hiền lành của Pete. Bà Lan cảm thấy tội nghiệp và cay đắng cho không biết bao nhiêu thế hệ trẻ được sinh ra và phải sống trong xã hội csVN; thời còn chiến tranh thì bị csVN chiêu dụ/ép buộc để trở thành "anh hùng nhí"; hết chiến tranh thì phải sống trong một xã hội đạo đức suy đồi; vì hằng ngày phải tiếp xúc với những kẻ chỉ quen lọc lừa, gian dối, hung dữ và tàn bạo. Ý nghĩ này giúp bà Lan nhận ra Pete cũng chỉ là nạn nhân của một tập thể đầy ác tính. Vì vậy, khi Dana mở cửa nhà, Pete chào Bà và trao chìa khóa xe cho Bà thì bà Lan mời Pete vào nhà.

Vừa bước qua khỏi cửa, Pete cởi giày. Trong khi cởi giày, mất thăng bằng, Pete hơi nghiêng người, đụng bà Lan, nhưng Pete – theo thói quen trong xã hội csVN – không nói "xin lỗi"!

Lúc quay lại để vào phòng khách, Pete thấy bàn thờ đặt nơi bệ cao, phía trên lò sưởi, ngay giữa phòng khách. Trên bàn thờ là hoa tươi, trái cây, bánh chưng và mứt. Pete chợt nhớ hôm nay là 23 tháng Chạp, ngày đưa Ông Táo về Trời. Pete hơi tò mò vì trên bàn thờ có nhiều ảnh, đủ mọi lứa tuổi chứ không phải chỉ ảnh của người già. Bất ngờ Pete nhíu mày khi ánh mắt của chàng dừng lại nơi chân dung của một người mặc quân phục trắng, trên vai mang cấp bậc sĩ quan Hải Quân Việt Nam Cộng Hòa (VNCH): Ba gạch vàng bằng nhau và một vòng tròn cũng màu vàng, trên nền đen hoặc xanh đậm, Pete thấy không rõ.

Thấy Pete cứ chăm chú nhìn vào mấy tấm ảnh, bà Lan hỏi:

- Tấm ảnh nào làm Pete tò mò vậy?

- Cháu thấy tấm ảnh người mặc quân phục trắng trông quen quen.

- Đừng đùa! Ông Nội của Dana đó!

- Cháu không dám đùa đâu ạ! Dường như cháu thấy Ông hoặc là thấy tấm ảnh tương tự như thế ở đâu đó.

- Làm sao cháu có thể thấy Ông được! Ông đã chết ở trại tù Lý Bá Sơn,; vì đi lao động bị cây ngã đè mà vệ binh không đưa Ông đi bệnh viện chữa trị! Mấy mươi năm rồi, sau nhiều lần trở lại trại tù tìm xác Ông mà Bà và các con của Bà cũng tìm không ra!

- Ôi giời! Sao thảm thế!

Nhắc đến cái chết thảm thiết của chồng, Bà Lan nhớ lại lần Bà thăm nuôi Ông trước khi Ông chết. Ông kín đáo bảo Bà đưa các con về Mỹ Tho, khi "cách mạng (!)" khoan hồng ông sẽ về Mỹ Tho tìm mẹ con bà. Hiểu ý Ông, bà Lan về bán tất cả những gì có thể bán rồi đưa các con và đứa em gái 13 tuổi vượt biển.

Chiếc ghe nhỏ đưa 89 người đến hải phận Thái Lan thì bị hải tặc chặn, cướp tất cả vòng vàng, thức ăn rồi hãm hiếp phụ nữ. Nhờ có người bày vẽ, bà Lan cũng như vài phụ nữ khác đã lấy dầu nhớt quẹt lên mặt và lên người, trông rất dơ bẩn và hôi hám. Đứa em gái của bà Lan – sau khi Ba và mấy em trai của bà Lan đi tù và tài sản bị csVN tịch thu – phải sống lây lất ở kinh tế mới, cơ cực, thiếu ăn, thân người gầy gò, tiều tụy, trông như đứa bé tám chín tuổi, thì lý luận: Dầu hôi quá và em là con nít, tụi hải tặc không làm gì đâu. Cô bé không chịu thoa dầu. Lúc hải tặc bắt em cùng những em bé gái và nhiều phụ nữ khác đem sang tàu của chúng, thay nhau hãm hiếp rồi giết hoặc thảy các em xuống biển thì bà Lan cũng như mọi người trên ghe chỉ biết ôm con, giấu mặt trong sự kinh hãi tột cùng!

Sau khi phá hỏng máy của chiếc ghe vượt biển, chiếc tàu hải tặc bỏ đi. Chiếc ghe khổ nạn dật dờ trên vùng biển còn lềnh bềnh xác người! Trong khi mọi người trên ghe vẫn còn hãi hùng, hoảng loạn thì một người đàn ông gục đầu trên khoan thuyền, như điên như dại, vừa cất tiếng ca khàn khàn vừa khóc:

"...Chiều khô nước mắt rưng sầu,
tan thân thiếu phụ, nát đầu hài nhi! Hò ơi! Hò ơi!...
Người đi trên đống tro tàn,
thương em nhớ Mẹ hương vàng về đâu!...
Hò ơi! Nhớ thương về phía quê nhà
biết bao người sống căm thù hát rằng..." (2)

Bao nhiêu năm rồi nhưng tiếng hát thê thiết, não nề trên biển xưa lúc nào cũng vang vọng trong lòng bà Lan mỗi khi kỷ niệm bị khơi dậy! Bà Lan gục đầu vào lòng bàn tay. Dana vội bước đến:

- "Ba Noi"! Bà làm sao vậy?

Bà Lan choàng tỉnh:

– Sorry! Bà bị xúc động.

Im lặng. Một chốc sau, bà Lan hỏi Pete:

- Pete! Lúc Ông mất Pete chưa ra đời thì làm thế nào Pete biết gì về Ông được?

- Vâng, Bà nói đúng. Nhưng lạ quá, cháu không hiêu!

- Vả lại, theo giọng nói và điều kiện du học của Pete, tôi nghĩ Pete sinh ra và thuộc vào gia đình khá giả, có quyền thế của người Bắc; vậy thì không lý do gì Pete thấy hoặc biết những người như Ông Nội của Dana. Thôi, Pete ngồi chơi, tôi vào nghỉ.

Pete khẩn khoản:

- Bà ơi! Cho cháu giải thích, may ra Bà có thể giúp cháu tìm được cội nguồn của cháu.

- Cội nguồn gì?

- Cháu được sinh ra ngoài Bắc, nhưng bên Nội của cháu không phải là người Bắc. Ông Nội của cháu là sĩ quan quân đội Saigon.

- Cháu phải nói cho đúng danh xưng: Sĩ quan Quân Lực V.N.C.H.

- Vâng, sĩ quan Q.L/V.N.C.H.

- Chuyện có vẻ ly kỳ!

Pete bồi hồi nhớ lại câu chuyện mà Bố cứ lén ông Cố Ngoại, kể tới kể lui cho Pete nghe và dặn Pete phải nhớ nằm lòng... *"... Sau tháng Tư 1975, Mẹ và hai con bị csVN đuổi khỏi cư xá sĩ quan, không cho đem theo bất cứ vật dụng gì, ngoại trừ ít áo quần! Mẹ cũng không được phát tiền tử tuất của Bố nữa. Mẹ và hai con phải chui rúc trong cái chái phía sau nhà của một gia đình "Ngụy" tốt bụng. Ban ngày anh em theo Mẹ ra chợ Thị Nghè, phụ Mẹ nướng bánh tráng bán. Khi nào anh em đi ngang nơi bán quần áo hoặc sách báo cũ, thấy quân phục hoa rừng hoặc hình người nào mặc quân phục rằn ri, đứa em gái cũng chỉ và nói với anh: 'Ba nè. Ba nè. Cộng bắn Ba chết rồi!'..."*

Pete vừa kể đến đây, bà Lan thoáng giật mình, tự hỏi, tại sao lại tương tự như câu nói của đứa cháu gái của Bà sau khi em trai của Bà tử trận? Trong lúc nhíu mày, Bà Lan hình dung lại khung cảnh u buồn vào hôm đám tang của người em – thiếu tá Biệt Động Quân. Bà Lan tưởng như Bà nghe được lời nói đứt đoạn từ hiệu thính viên của em Bà, khi quân nhân này kể lại với Bà – và bây giờ Bà kể cho Pete nghe: "...Sau khi ra lệnh cho cả đơn vị sẵn sàng xung phong,.. thiếu tá... nhảy lên khỏi công sự chiến đấu. Thiếu tá vừa khom người vừa phất tay, hô 'xung phong' thì một quả B40 từ đâu 'bay' tới!..." Từ đó, đứa cháu gái của Bà, mỗi khi thấy ai hoặc hình nào có người mặc quân phục hoa rừng hoặc rằn ri bé đều ngọng nghịu nói một mình: *"Ba nè! Ba nè! Cộng bắn Ba chết rồi!"...*

Bà Lan vừa kể đến đây, Pete sửng sốt:

– Ôi giời! Cái chết của Ông thật là hào hùng!

Bà Lan mím môi:

– Ông là Biệt Động Quân mà!

Im lặng. Một chốc sau bà Lan hỏi:

– Bà Nội của hai cháu lấy cán bộ hay sao mà hai cháu phiêu bạt ra Bắc?

– Không ạ!

Những lời của Bố lại văng vẳng trong lòng Pete: "Tối 30, sau khi cúng Ba, Mẹ đem tấm ảnh của Ba chụp chung với bác nào đó giấu kỷ – vì cả hai Ông đều mặc quân phục 'Ngụy' quân – rồi cắt đôi cái bánh chưng nhỏ bằng ba ngón tay, bảo hai con đến ăn. Thằng anh hỏi sao Mẹ không ăn? Mẹ bảo Mẹ bị đau răng, không nhai được. Lúc đó thằng bé ngây thơ, tin lời Mẹ. Sau này thằng bé mới hiểu là Mẹ nhịn phần bánh chưng ít ỏi đó cho anh em nó. Trong khi hai đứa bé ăn bánh chưng và Mẹ ăn cơm độn bo bo thì một người đội nón cối, quân phục thùng thình, màu "cứt ngựa" xuất hiện, hỏi thăm nhà cô Ngọc. Mẹ ngẩng lên. Nhận ra ngay đứa con gái đầu lòng mà Ông đã bỏ lại để theo Việt Cộng vào năm Mậu Thân, 1968, khi Việt Cộng tràn về, cướp phá và giết hại rất nhiều người trong làng, Ông bước hẳn vào bên trong, giọng vui mừng: "Ngọc! Con không nhận ra Ba răng con?" Mẹ giật mình: "Ui chao, Ba!" rồi Mẹ òa lên khóc. Người đàn ông cũng mủi lòng, quẹt nước mắt. Mẹ tiếp: "Dạo nớ, sau khi Ba đi, gia đình mình bị tụi hắn bắt đi, giết hết, về sau mới tìm được xác, Ba ơi!" Người đàn ông nhìn quanh như sợ ai nghe, rồi đáp: "Mấy hôm ni Ba về Gia Hội thăm mộ và tạ tội với gia tộc, với Mạ và với các em của con rồi. May mà lúc nớ thằng chồng của con đổi về Saigon, đem Mẹ con của con theo; nếu không thì e Mẹ con của con cũng không thoát được mô!" Thảm cảnh xưa bị khơi dậy, Mẹ ôm đầu, khổ sở: "Ba đã theo tụi hắn mà tại răng tụi hắn còn giết cả nhà mình? Chao ơi! Quân đoản hậu!" Người đàn ông giải thích: "Người ta giết là vì thằng Tường điềm chỉ, bảo nhà mình có người là sĩ quan Ngụy. Ba biết thằng Tường thù Ba – vì hắn cạnh tranh với Ba để bán thuốc tây lậu cho Việt Cộng – cho nên Ba trốn theo Việt Cộng cho yên thân; không ngờ hắn tìm Ba không ra, hắn trả thù gia đình mình!" Nói ngang đây, người đàn ông nhìn quanh như muốn tìm ai rồi hỏi Mẹ: "Còn thằng chi... Ba của hai đứa ni mô rồi?Đi cải tạo hay vượt biên?" Nghe nhắc đến Ba, Mẹ lại khóc: "Dạ, ảnh tử trận tại An Lộc rồi!" Ông ấy dậm chân, vò đầu, than: "Chao ôi! Răng mà nghiệt dữ ri, Trời!" Khi bớt xúc động, Mẹ xoay sang, bắt hai đứa bé khoanh tay chào ông Ngoại. Ông Ngoại dúi cho Mẹ cái gì đó rồi bảo Ông phải đi gấp, Mẹ nên dẫn hai con ra chợ muốn ăn chi thì ăn, sáng mai Ông trở lại.

Hôm sau ba Mẹ con đều ở nhà để gặp ông Ngoại. Khi ông Ngoại trở lại, Mẹ bảo anh em thằng bé ra cầu gỗ chơi để ông Ngoại và Mẹ nói chuyện. Lúc Mẹ gọi anh em thằng bé vào, thằng bé thấy Mẹ cứ khóc thút thít. Mẹ trao cho thằng bé một bao ny-lông nhỏ, không biết đựng vật gì bên trong rồi Mẹ hôn nó và bảo: "Con về ở với ông Ngoại. Ông Ngoại sẽ nuôi con ăn học. Con là trưởng nam của Ba, con phải ăn học để nối dòng cho Ba. Mẹ nuôi con không nổi, con ơi!" Mẹ nghẹn ngào khóc tức tưởi. Thằng bé vùng vằng, nhìn ông Ngoại bằng đôi mắt đầy tức giận: "Con không đi đâu hết. Con muốn ở với Mẹ." Con bé cũng níu áo anh nó: "Đừng đi. Anh ở lại 'dới' em." Giằng co một lúc, thấy vài người dừng lại, tò mò nhìn, ông Ngoại nắm chặt tay thằng bé lôi mạnh. Thằng bé trì lại. Biết không thể nào cưỡng được sức mạnh của ông Ngoại, thằng bé nín khóc, nghiêm nghị nhìn Ông, nói từng tiếng: "Ông Ngoại chờ chút". Thằng bé đi vào phía sau tấm màn bạc thếch, nơi ba Mẹ con ngủ mỗi đêm, lấy khung hình mà Mẹ giấu sát trong vách, nhét vào lưng quần. Thằng bé bước ra, bình tĩnh hôn Mẹ, hôn em rồi nhìn ông Ngoại. Một tay bị ông Ngoại nắm, lôi đi, tay kia thằng bé cầm bịch ny-lông vừa quẹt nước mắt vừa nhìn lui..."

Kể đến đây Pete vụt đứng lên, chỉ lên bàn thờ:

– Cháu nhớ rồi! Bố cháu bảo khung hình mà Bố cháu giấu để mang theo là hình của ông Nội cháu, mặc quân phục Biệt Động Quân, chụp chung với ông Khánh, mặc quân phục Hải Quân.

Bà Lan giật mình vì "ông Khánh, mặc quân phục Hải Quân" là của chồng Bà:

– Bố cháu tên gì?

– Võ Hoàng Lân ạ.

– Bà Nội cháu tên gì?

– Trần Thị Tuyết Ngọc ạ!

– Có phải ông Nội của cháu tên Võ Hoàng Long không?

– Ôi giời! Sao Bà biết?

Bà Lan bước nhanh đến, ôm vai Pete, khóc làm Pete và Dana ngỡ ngàng nhìn nhau. Sau giây phút xúc động, bà Lan bảo:

– Ông Nội của cháu là em ruột của Bà! Bố cháu gọi Bà bằng Cô.

– Thật cháu không ngờ!

– Nhưng tại sao cháu lại có tên Pete?

– Cháu là Võ Hoàng Phúc; nhưng tụi Mỹ đọc nghe kỳ quá cho nên cháu lấy nick name là Pete.

– Cháu biết tin gì về bà Nội và em gái của Bố cháu không?

– Không ạ! Lúc Bố cháu đi lao động nước ngoài về, có tí tiền, Bố cháu trở lại chốn cũ tìm nhưng chỉ gặp toàn người Bắc dời vào cư ngụ thôi; còn người cũ thì bị đuổi đi kinh tế mới lâu rồi!

– Bây giờ Bố cháu làm gì?

– Bố cháu qua đời rồi ạ!

– Hả? Bố cháu còn trẻ quá mà!

– Khi Bố cháu sang Tiệp lao động lần thứ ba thì bố cháu bị băng đảng – cũng dân Việt mình đấy – thanh toán, không ai hiểu được nguyên do!

– Còn Mẹ cháu?

– Mẹ cháu cũng qua đời cách nay hơn một năm, vì bị khối u ở não!

– Tại sao ai cũng chết trẻ cả vậy?

– Bây giờ căn bệnh khối u ở Việt Nam nhiều người bị lắm; vì ăn thức ăn nhập cảng từ Trung quốc, chứa hàm lượng hóa học độc hại cao!

– Anh chị em của cháu thì sao?

– Cháu là con một đấy ạ!

Chợt nhớ một chi tiết quan trọng, Pete tiếp:

– Sao cháu chả thấy ảnh ông Nội của cháu trên bàn thờ?

Bà Lan đưa Pete đến trước bàn thờ rồi chỉ vào tấm ảnh của một thanh niên mặc áo dân sự, giải thích:

– Sau khi Cộng Sản chiếm miền Nam, Ông Bà Cố của Dana sợ quá, đem mấy cuốn albums gia đình đốt hết. Đây là tấm ảnh của Ông Nội cháu mà Bà xin từ một người ngày xưa cùng học với Ông Nội của cháu tại Đại Học Kiến Trúc, trước khi Ông Nội cháu bị động viên.

– Thảo nào Ông trông trẻ quá, chả giống tấm ảnh mà Bố cháu mang theo.

Bà Lan nhìn Dana:

– Dana! Bà nghĩ rằng không thể nào con hiểu được câu chuyện giữa Pete và Bà. Đúng không?

– Dạ, đúng. Nhưng nhìn thái độ của Bà và Pete, con nghĩ rằng câu chuyện giữa hai người chắc phải gồm nhiều tình tiết cảm động lắm.

– Đúng lắm con à. Bà sẽ nói lại sự việc bằng tiếng

Anh để con hiểu, nhé!

Dana "okay". Trong khi bà Lan tóm lược sự việc để Dana hiểu sự liên hệ ruột thịt giữa Dana và Pete thì Pete tự hỏi tại sao một cụ bà cỡ tuổi bà Lan lại giỏi thế! Chả bù với bà Cố Ngoại của Pete, quê kệch, bốn phép tính cũng không biết, nhưng tính rợ thì nhanh vô cùng. Pete không hiểu được rằng Cộng Sản áp dụng chính sách ngu dân lên miền Bắc để dễ cai trị, dễ bưng bít và dễ lừa dối. Pete cũng không hiểu được rằng vì quê mùa, dốt nát và không sinh nở được cho nên bà Cố Ngoại của Pete đành phải chấp nhận nuôi Lân sau khi ông Cố Ngoại "phán" rằng: Nếu không chịu nuôi Lân thì ông lấy vợ khác – vì Ông ân hận là gia tộc của Ông đã bị chính phe Việt Cộng của Ông giết hại năm Mậu Thân!

Nghe "ba Noi" kể xong, Dana vui hẳn lên:

– Wow! Thật vậy sao? Chúng con là cousins, phải không?

– Đúng. Con và Pete là cousins, nhưng phải nghe Bà nói rõ: Văn hóa Việt Nam quan niệm rằng khi đã là anh chị em chú bác hoặc cô cậu – dù xa – thì cũng vẫn là ruột thịt, xem như là first cousins, chứ không phải như văn hóa vài nước khác xem là second cousins hoặc kissing cousins.

Dana cười vui:

– Điều đó còn tốt hơn nữa; bởi vì, bạn bè, bồ bịch có thể thay đổi nhanh chóng, còn bà con ruột thịt thì không; cũng như Pete đã nói lúc nãy, sau mấy mươi năm, Pete vẫn muốn tìm lại cội nguồn.

Bà Lan nhìn Pete:

– Cháu nghĩ như thế nào, Pete?

– Cháu chỉ biết cháu vô cùng hạnh phúc. Từ nay Bà là điểm tựa tinh thần của cháu. Từ ngày Mẹ cháu mất, cháu cứ than thầm: Nếu ông Cố Ngoại qua đời thì cháu chả còn ai trên đời!

– Bà cũng rất vui khi bất ngờ tìm lại được cháu nội của người em trai mà Bà rất thương. Tội nghiệp Long – cũng như thanh niên hai miền Nam Bắc – phải chết trẻ chỉ vì sự hiếu chiến của Cộng Sản Việt Nam!

– Thôi, tất cả đã qua rồi, Bà cũng nên quên hết đi.

– Không thể quên được, cháu à! Cháu tự hỏi xem có quốc gia nào mà sau khi được "giải phóng(!)", được thống nhất, thì nhà tù và người tù nhiều hơn tất cả những lần quốc gia đó bị xâm lược hay không?

Từ ngày mới lớn, đã quen luận điệu tuyên truyền của Cộng Sản Việt Nam, Pete đáp:

– Cháu mong Bà hãy đẩy lùi quá khứ để hướng về ngày mai.

– Ai gây ra cuộc chiến tàn khốc đó? Ông Nội của

cháu cũng như thanh niên miền Nam chỉ chiến đấu để tự vệ. Nếu muốn đẩy lùi quá khứ thì Cộng Sản Việt Nam hãy tỏ thiện chí đối với những người đã gục ngã hoặc bị tàn phế để bảo vệ miền Nam; hãy dựng lại bức Tượng Thương Tiếc và trùng tu Nghĩa Trang Quân Đội Biên Hòa.

Pete chẳng biết phải đáp như thế nào, đành im. Bà Lan tiếp:

– Ông Nội của cháu cũng như ông Nội của Dana đều chết vì những người đứng dưới lá cờ máu. Bà không bằng lòng và Bà cũng sẽ khuyến cáo Ba Mẹ của Dana để cháu không được phép đưa Dana đứng dưới lá cờ máu hoặc có những sinh hoạt chung với nhóm sinh viên du học từ Việt Nam.

– Cháu hiểu ạ. Và, sau khi biết rõ nguồn gốc gia đình, cháu cũng sẽ không đứng dưới lá cờ đó nữa.

Bà Lan rộn ràng vui:

– Cháu nói thật chứ? Cháu hứa chứ?

– Cháu nói rất thật lòng đấy ạ. Cháu hứa với Bà.

Ngưng một chốc, Pete tiếp:

– Bà cho cháu thắp nhang cho ông Nội của cháu.

Thắp nhang, khấn vái xong, Pete nhìn bà Lan bằng đôi mắt ươn ướt:

– Bây giờ cháu mới hiểu lý do tại sao Bố cháu cứ mãi hoài kể lại câu chuyện buồn xưa và căn dặn cháu phải nhớ nằm lòng. Thế thì, theo vai vế, Dana và cháu phải xưng hô như thế nào ạ?

Bà Lan nói tiếng Anh để Dana cùng hiểu:

– Cháu và Dana đàm thoại bằng tiếng Anh thì cũng chỉ "I và you"; nhưng, theo vai vế thì Dana là chị của cháu; vì ông Nội của cháu là em của Bà.

Pete cười, nhìn Dana:

– Hi, "big sister"!

Dana cười, vẫy mấy ngón tay"Hi!" Đột nhiên Pete nghe tiếng "kịch" rất nhỏ rồi đèn tự động tại phòng khách, phòng ăn, phòng gia đình và cửa trước sáng choang. Ánh sáng như đem đến sự ấm cúng cho ngôi nhà. Bà Lan bảo:

– Dana, đàn đi! Chúng ta cần một khúc nhạc vui trong lúc này.

Lật tập nhạc, đến ca khúc Ly Rượu Mừng của Phạm Đình Chương, bà Lan để bản nhạc trước mặt Dana. Đôi tay của Dana tạo nên dòng luân vũ vui tươi. Bà Lan vừa hát vừa nghiêng vai theo nhịp Valse.

Không hiểu rõ về nhạc, nhưng từ khi "nhạc Vàng" của miền Nam được phổ biến ra Bắc, mỗi độ Xuân về, Pete đều nghe ca khúc Ly Rượu Mừng; nhờ vậy Pete quen với tiết tấu của dòng nhạc. Pete đến cạnh bà Lan, nhìn lời ca, hát nho nhỏ theo Bà.

Bà Lan choàng tay qua vai đứa cháu lạc loài. Hai Bà cháu vừa nghiêng vai vừa hát theo tiếng đàn rộn rã của Dana: "...Nhấc cao ly này, hãy chúc ngày mai sáng trời tự do. Nước non thanh bình, muôn người hạnh phúc chan hòa..." Không nén được xúc động, bà Lan vừa quẹt nước mắt vừa quay nhìn lên bàn thờ – chính lúc đó bà Lan tưởng như Long đang mỉm cười; vì Long thấy đứa cháu đích tôn của Long đang trong vòng tay thương yêu của Bà.

(1) Always On My Mind của Willie Nelson.

(2) Nguyên tác lời ca Về Miền Trung của Phạm Duy khi Phạm Duy còn trong hàng ngũ Việt Minh.

"HIẾP DÂM" CHỮ NGHĨA

A man walks with a bicycle in a street damaged by shelling in Mariupol, Ukraine, Thursday

[Evgeniy Maloletka/AP Photo]

Từ khi Nga ngang nhiên xâm lăng Ukraine – một quốc gia độc lập, có chủ quyền – tôi đọc tin tức và thấy nhiều hình ảnh tan thương, thảm khốc của cuộc chiến mà lực lượng hai bên rất chênh lệch! Nhưng, không hiểu tại sao tấm ảnh của người đàn ông đơn độc với chiếc xe đạp, âm thầm bước trên sự điêu tàn, đổ nát của thành phố Mariupol, Ukraine, lại làm cho hồn tôi chĩu nặng nhớ thương!

Suy nghĩ một chốc tôi mới nhận ra rằng: Tấm ảnh đã gợi lại trong hồn tôi cảnh tan thương, đổ nát trong "vùng giải phóng", danh từ Việt Minh – tiền thân của cộng sản Việt Nam (csVN) – dùng để xác định địa thế từ Bắc đèo Cả đến Huế, trong thời kỳ Ba tôi theo kháng chiến chống Tây; chỉ khác hai điều:

a.- Trong "vùng giải phóng" chỉ có nhà tranh vách đất; một số người giàu mới xây nhà gạch, lợp ngói; tuyệt nhiên không có nhà lầu.

b.- Trong "vùng giải phóng", Việt Minh phá hoại đường xe lửa; chỉ chừa lại những đoạn đường xe lửa ngắn để "xe gòn" chạy. "Xe gòn" gồm 1 toa xe lửa cũ, được một nhóm nhỏ đàn ông đẩy. Mọi cây cầu đều bị giật sập vài "nhịp". Đường nhựa – nhất là quốc lộ xuyên Việt – đều bị Việt Minh đào xới từng hố sâu, nối tiếp nhau; người đi xe đạp phải vừa đi vừa vác hoặc dắt xe đạp; chỉ người đi bộ mới có thể đi trên những đoạn đường đó, rồi hai bàn chân sẽ bị đau nhói vì đá lởm chởm.

Khi Ba tôi "thoát ly" "vùng tạm chiếm" – danh từ này cũng do Việt Minh đặt – để theo kháng chiến, tôi còn bé lắm, chưa hiểu biết gì. Nhưng tôi rất tò mò và nhớ dai. Tôi lại được Ba Má tôi giải thích mọi điều.

Đối với tôi, những điều bình thường trong "vùng giải phóng" đều là những gì tôi không hề thấy tại Dalat – nơi tôi chào đời – như: Nhà tranh vách đất, trâu, bò, xe bò, ruộng lúa, nông phu, cày bừa, gieo mạ, gặt lúa, v.v... Người trong "vùng giải phóng" rất gầy, đi chân trần, mặc đồ bà ba cũ, vá nhiều miếng lớn. Chỉ những ngày Tết hoặc lễ họ mới mặc đồ "dễ coi" hơn một tí, nhưng cũng luộm thuộm, màu sắc không thể phân biệt được; vì vải nội hóa, thuốc nhuộm cũng nội hóa, rất dễ phai và cũng vì không có xà-phòng giặc đồ. Du kích và "bộ đội ông Hồ" cũng gầy, đen, mắt lồi, má cóp, mặc đồ "kaki" màu xám nhạt, đội nón cối, mang dép "râu". Trẻ em thì bụng "ỏng" đầu to, mắt lồi, chỉ chăn trâu, chăn bò, mót lúa, mót khoai, kiếm củi chứ không biết đọc, không biết viết! Không nơi nào có trường học!

Quảng đời thơ ấu của tôi là như thế, cho nên, trước khi qua đời, Ba tôi để lại cho tôi câu này: *"Con! Ba tiếc rằng Ba đã làm mất một phần tuổi thơ của con!"*

Viết đến đây, buồn quá, tôi tìm tin khác đọc!

Tấm ảnh này chụp tại Ukraine trong thời gian Ukraine bị Nga xâm lược, trông giống như thảm cảnh Tết Mậu Thân, 1968, tại Huế!

Năm 1968, csVN – vi phạm Hiệp Định Đình Chiến đã ký với Việt Nam Cộng Hòa (VNCH) – đồng loạt pháo kích dữ dội, dai dẳng và điên cuồng vào tất cả thành phố của miền Nam Việt Nam vào dịp Tết Mậu Thân. Không ai có thể biết được bao nhiêu ngàn người miền Nam đã gục ngã vì những trận pháo kích bất ngờ và dã man đó!

Ngay sau khi ngưng pháo kích, csVN mở những cuộc tấn công tàn bạo và đẩm máu vào tất cả cơ quan quân sự của VNCH và Hoa Kỳ.

Chỉ sau vài đợt pháo kích của csVN, người Lính VNCH đã linh cảm được điều bất thường, vội tự động trở lại đơn vị. (Ngày đó không có cell phones như hiện nay, xin đừng vội kết tội ĐML "láo như csVN")!

Tiếc rằng phương tiện truyền thông vào thập niên 60 rất giới hạn, cho nên, thế giới không thể biết được csVN đã bất ngờ tấn công VNCH. Vì thế, chính phủ cũng như Quân Lực VNCH không được thế giới yểm trợ vũ khí như hiện nay Ukraine nhận được; thế mà Quân Lực VNCH cũng vẫn đẩy lui csVN trở về Trường Sơn!

Tinh thần yêu nước và ý chí bất khuất của Người Lính VNCH là như thế, cho nên, lúc nào người csVN cũng cố tình bôi nhọ, "gán" cho người Lính VNCH là lính đánh thuê!

Muốn biết người Lính VNCH và "bộ đội ông Hồ" ai là lính đánh thuê, mời đọc vài đoạn trích dẫn dưới đây:

BBC News ngày 29-4-2019: *"Bài viết Reassessment of Beijing's economic and military aid to Hanoi's War, 1964-75 của Shao Xiao & Xiaoming Zhang vừa đăng trên tạp chí học thuật Cold War History tháng 4/2019."*

"Theo lịch sử chính thức của Trung quốc, từ thập niên 1950 tính tới 1975, Trung quốc đã viện trợ cho Việt Nam tổng cộng hơn 20 tỉ nhân dân tệ. Trong đó, 1,4 tỉ là cho vay không lãi suất..."

"... Năm 1974, viện trợ Trung quốc cho Hà Nội ở

khoảng 2,5 tỉ nhân dân tệ, ngoài ra là 2 tỉ tệ cho Chính phủ Cách mạng lâm thời Cộng hòa miền Nam Việt Nam..."

"Ngày 26/10/1974, Trung Quốc và Việt Nam ký thỏa thuận lần chót, cung cấp cho Hà Nội 850 triệu tệ cho kinh tế và vũ khí, cùng 50 triệu đôla tiền mặt cho năm 1975."

Link: https://www.bbc.com/vietnamese/world-48051722

Cũng BBC News, ngày 21-4-2022: *"Đài Trung quốc nói lính Trung Quốc giúp Việt Nam bắn rơi hằng trăm máy bay Mỹ."*

"Trung Quốc, từ tháng 6 năm 1965 đến tháng 8 năm 1973, đã điều động tổng cộng hơn 320.000 binh sĩ thuộc các quân chủng phòng không, công binh, đường sắt, v.v. để thực hiện các nhiệm vụ phòng không, xây dựng, rà phá bom mìn và đảm bảo hậu cần ở miền Bắc Việt Nam..."

Thế mà csVN chụp hình các em bé chỉ hơn 10 tuổi, ôm súng trường, ghi chú là "anh hùng nhí" hoặc "anh hùng gái" đã bắn hạ máy bay Mỹ!

Trong khi nhà cầm quyền csVN gián tiếp thực thi hành động diệt chủng bằng cách bắt trẻ em và thiếu nữ tham chiến thì chính phủ VNCH – tuy phải tổng động viên để đủ quân chống trả các cuộc xâm lăng của csVN – vẫn cố duy trì nòi giống bằng luật miễn quân dịch cho những thanh niên là con trai độc nhất trong gia đình.

Viết đến đây tôi cảm thấy bất nhẫn về sự gian dối của csVN, vội tìm tin khác.

Không ngờ tôi "khám phá" được sự dối gian rất lố bịch của Nga khi đọc trên US News, ngày 04-04-2022 @ 2:05 am EDT, bảng tin này: (Reuters) –"... *Russia's foreign ministry said that footage of dead civilians in the Ukrainian town of Bucha had been 'ordered' by the United States as part of a plot to blame Russia."*

"Who are the masters of provocation? 'Of course the United States and NATO,' ministry spokeswoman Maria Zakharova said in an interview on state television late on Sunday."

Trên Fox News, ngày 19-4-2022 @ 9:07am EDT, tôi thấy đoạn này rất giống luận điệu của csVN: *"Russian Defense Minister Sergei Shoigu* is accusing the United States and other Western countries Tuesday of trying to *'delay' the course of the war in Ukraine by sending shipments of weapons to Kyiv's military."*

Theo BBC News ngày 23-4-2022, Trung cộng cũng lên án Hoa Kỳ: Tân Hoa Xã ngày 22-4-2022 viết: *"Ngay cả khi không bắn một phát súng nào hoặc triển khai bất kỳ binh sĩ nào ở Ukraine, Mỹ vẫn được coi là bên tham chiến trong cuộc xung đột quân sự Nga-Ukraine."*

"Bằng cách vũ khí hóa sức mạnh tối cao tài chính toàn cầu của mình, chủ nghĩa khủng bố tài chính của Washington đang làm leo thang cuộc đối đầu vốn đã gay gắt và gây ra làn sóng chấn động khắp thế giới."

Ngày trước, khi biết Trung cộng viện trợ vũ khí cho csVN, Mỹ đưa quân sang giúp VNCH để chống lại sự bành trướng của cộng sản thì cộng sản gọi Mỹ là quân xâm lược, cần phải đánh đuổi khỏi miền Nam Việt Nam.

Bây giờ, Nga, một cường quốc, xâm lược Ukraine, một nước nhỏ và yếu hơn nước Nga về nhiều phương diện. Hoa Kỳ và các nước Âu Châu chỉ gửi vũ khí – chứ không gửi quân – giúp Ukraine chống lại Nga thì Hoa Kỳ bị lên án!

Thập niên 70, Mỹ "mệt mỏi" – vì cuộc chiến Việt Nam mà Mỹ không muốn thắng – đã rút quân khỏi Việt Nam và hòa hoãn với Trung cộng; vì thế, Mỹ "làm ngơ" để Trung cộng chiếm Hoàng Sa của VNCH.

Nếu ngày đó, VNCH được Hoa Kỳ và thế giới viện trợ vũ khí – như hiện nay Ukraine nhận được – thì chưa chắc Trung cộng có thể chiếm được Hoàng Sa! Bằng cớ là Ukraine đã bắn chìm chiến hạm Moskva của Nga.

Theo Jason Lemon trên Newsweek ngày 15-4-22 @ 5:37 pm EDT thì: *"At 610 feet in length, the Moskva was the third-largest in Russia's fleet. The vessel was also the only one of Moscow's warships that were capable of carrying nuclear weapons."*

Moskva, một chiến hạm tối tân và quan trọng đến như thế mà bị quân của Ukraine bắn chìm làm cho ông Putin bị "quê xệ", vội chối quanh!

Bảng tin của Greg Norman trên Fox News ngày 15-4-2022 @ 2:05pm EDT viết: *"Moscow has claimed the ship sank after a fire on board caused an explosion".*

Nhưng, cũng trong bảng tin cùng ngày của Greg Norman, Hoa Kỳ xác nhận rằng: *"A U.S. official told Fox News on Friday that the latest assessment by the U.S. is that Russia's Moskva warship* was struck by two Ukrainian missiles before it sank."

Giữa bốn bên: Mỹ, Nga, Tàu và csVN, dĩ nhiên nhiều người – cũng như tôi – tin Mỹ hơn.

Tin Mỹ thì tin, nhưng tôi rất buồn Mỹ; vì chính nhờ Mỹ, thập niên 70, hòa hoản với Trung cộng mà Trung cộng – từ những "anh" chuyên bán hủ tiếu và "woành" thánh mì – nay có phi thuyền, hàng không mẫu hạm và, theo BBC News, sắp sửa hoàn tất hàng không mẫu hạm thứ ba!

Sở dĩ Trung cộng được như ngày nay là nhờ chính sách "lương lẹo" của Trung cộng. Trung cộng cho tuyển gái trẻ, đẹp, huấn luyện họ về tình báo rồi gửi sang Hoa Kỳ du học. Học xong, họ – đã được đảng cộng sản Trung Hoa chỉ thị trước khi sang Mỹ – phải tìm những nhân vật quan trọng của Mỹ để kết hôn. Thế là bí mật hoa học và quốc phòng của Mỹ được chuyển về Trung cộng!...

Suy nghĩ đến đây, tôi nản quá, ngưng viết.

Sáng nay, mở computer, nhìn hình ảnh buồn thảm của di dân Ukraine, tôi chợt nhớ lại những dòng nước mắt đắng cay của tôi và của hơn 100 ngàn người Việt di tản vào 30-4-1975!

Đa số di dân đến Mỹ đều đau khổ vì quê hương rơi vào tay cộng sản, gia đình ly tán, tài sản không còn; vì thế, chúng tôi trông rất thảm sầu!

Còn người csVN – sau khi thi hành triệt để chiêu

bài gian manh: "Đánh Mỹ 'kíu' nước" để thiu rụi mấy triệu người Việt – thì khi đến Mỹ gương mặt của họ trông rất "hồ hởi"!

Từ thái độ "hồ hởi" của người csVN khi được sang Mỹ, tôi nghiệm ra rằng: Trước 1975, miền Bắc Việt Nam nghèo đói đến cùng cực; vì chưa thể gượng dậy sau hệ quả khốc hại của hai chiến dịch "Bần cùng hóa nhân dân" và "Tiêu thổ kháng chiến".

Người csVN tưởng rằng miền Nam Việt Nam nhờ Mỹ mới giàu; nhờ Mỹ mới có tự do; nhờ Mỹ người dân mới có trình độ văn hóa và đạo đức cao. Thế là – dù phải "hy sinh đến người Việt Nam cuối cùng" để cưỡng chiếm miền Nam – người csVN vẫn phải thực hiện, chỉ với chủ tâm đạt cho được mục đích là chính người csVN được "bắt tay" với Mỹ để vươn lên!

Từ 30-4-1975 cho đến nay, csVN có nhà cao cửa rộng, nghĩa trang "hoành tráng"; còn tình trạng dân trí, đạo đức, giáo dục và tự do của người Việt Nam trong nước như thế nào, thế giới biết rồi!

Thời csVN dùng chiêu bài "Giải phóng miền Nam" để xâm lăng, tiêu diệt người miền Nam, Ba tôi thường cười "nửa miệng", bảo: *"Đúng là 'tụi nó' – csVN – 'hiếp dâm chữ nghĩa'! Đi cướp nước, giết người mà xưng là 'giải phóng'!"*

Ngày nay, Nga xâm lăng Ukraine thì, trên Shargh, The Guardian, ngày 13-4-2022 @ 15:57, tôi thấy câu này: *"'Its goals are absolutely clear and noble,' Putin said of Russia's military campaign while standing alongside his Belarusian counterpart, Alexander Lukashenko..."*

Tiếc rằng tôi không phải là thông dịch viên; tôi lại không thích Google dịch; và Ba tôi – nguyên giáo sư Pháp văn các lớp đệ nhị cấp trường trung học Cam Ranh – không còn nữa; do đó, tôi không hiểu chữ "noble" mà ông Putin dùng cho hành động xua quân Nga xâm lăng, giết người trên phần đất của Ukraine có đúng là "hiếp dâm chữ nghĩa" hay không!

NIỀM ĐAU ÂM THẦM

Đang đọc bảng tin ngày 27 tháng 05/2021 của Eric Shawn trên Fox News về US Marine Christopher Ahn – thành viên của nhóm Free Joseon (Free North Korea) – bị Bắc Hàn bắt từ năm 2019, chợt điện thoại của tôi reng. Tôi vội copy link để tý nữa đọc tiếp:

https://www.foxnews.com/us/christopher-ahn-kim-jong-un

Nhất ống điện thoại, tôi "Allo". Giọng nam từ đầu giây bên kia, nói tiếng Bắc:

- Cho tôi được tiếp chuyện với bà Điệp Mỹ Linh.

- Xin lỗi, ông cho biết quý danh?

- Tôi là Phan Trần Tuấn Châu.

- Làm thế nào ông biết số điện thoại của tôi? Ông cần liên lạc với tôi có chuyện gì?

- Tìm điện thoại của một người tạo được nhiều "dấu ấn" trong sinh hoạt văn học như bà thì không khó chút nào cả!

- Cảm ơn ông. Ông cần liên lạc với tôi về vấn đề gì vậy?

- Tôi muốn liên lạc để mời bà yểm trợ, thành lập Hội Giúp Đỡ du học sinh.

- Ông là du học sinh à?

- Vâng.

- Vậy thì tôi gọi ông bằng anh, được không?

- Vâng. Bà cho phép tôi được gọi bà bằng chị, cho thân mật, nhé!

- Dạ, vâng. Anh học về ngành nào?

- Tôi sắp xong bằng tiến sĩ kinh tế đấy ạ!

- Theo tôi hiểu, du học sinh từ Việt Nam sang đây đều xuất thân từ những gia đình quyền thế hoặc giàu có. Anh cũng vậy, đúng không?

- Vâng. Bố Mẹ tôi là đại gia đấy ạ!

- Thế thì thành lập Hội Giúp Đỡ du học sinh để làm gì?

- Du học sinh rất cần sự giúp đỡ của những người Việt sang Mỹ từ lâu để hướng dẫn du học sinh về cách thức xin học bổng hoặc mượn tiền trả học phí và chỉ bảo giùm về nhiều phúc lộc khác của chính phủ Hoa Kỳ.

- Thế thì anh đã xin được học bổng hoặc mượn được "student loan" rồi, phải không?

- Vâng. Tôi được học bổng toàn phần. Tôi còn xin được "housing" nữa kia!

Không nén giận được nữa, tôi gằn giọng:

- What did you say?

- Ơ, sao bỗng dưng chị nổi giận?

- Bố Mẹ anh ngày xưa khắc vào người "sinh Bắc tử Nam", rồi xẻ Trường Sơn vào Nam, dùng vũ khí của Nga Tàu và chiêu bài "đánh Mỹ 'kíu' nước" để giết hại chúng tôi; tại sao bây giờ anh không sang Nga, Tàu du học mà lại sang Mỹ? Đã vậy, anh còn bảo Bố Mẹ anh là đại gia, thế mà sang Mỹ du học anh lại xin tiền học và "housing" là nghĩa gì?

- Ơ, chuyện đánh Mỹ là chuyện "thế thời thế, thế thời phải thế"(1), có "dính dáng" gì đến chuyện học bổng đâu!

- Có chứ sao không.

- Thế con của chị học đại học ai trả học phí?

- Vợ chồng tôi chứ ai.

- Ôi Giời! Thế chị không biết rằng chính phủ Mỹ cho sinh viên tiền hoặc cho sinh viên vay tiền để đi học à?

- Chúng tôi biết rõ các điều đó. Nhưng các điều đó chỉ dành cho những sinh viên thuộc vào những gia đình có lợi tức thấp.

- Thế sao chị không bảo con của chị mượn địa chỉ của bạn bè để chính phủ Mỹ khỏi biết con của chị thuộc vào gia đình có lợi tức cao? Ôi, Giời! Mỹ nó giàu như thế, mình không hưởng thì người khác hưởng, chị biết chứ?

- Luận điệu của anh sao giống y chủ trương của cộng sản Việt Nam (csVN) vậy?

- Giống như thế nào ạ?

- CsVN biết miền Nam chúng tôi giàu có và văn minh hơn miền Bắc nhiều, cho nên, bằng mọi giá, csVN phải chiếm cho được miền Nam. Nếu miền Nam nghèo và dân tình dốt như miền Bắc thì tội gì csVN phải thí cả triệu quân để chiếm miền Nam!

- Ơ, hay nhỉ! Tôi có ý giúp chị để chị tìm được lợi nhuận cho gia đình chị mà sao chị lại giận tôi?

- Tôi không giận anh. Tôi chỉ muốn nhắc để anh nhớ rằng Mỹ không dại đâu; "nó" biết hết nhưng "nó" im lặng. Khi đủ bằng cớ rồi thì FBI hoặc CIA sẽ trưng ra và kẻ gian sẽ "chạy Trời không khỏi nắng".

- Thế thì Mỹ thâm thật!

Tôi chuyển đề tài:

- Tôi chịu khó nghe anh nói từ nãy giờ; bây giờ anh nghe tôi nói, được không?

- Vâng, tôi nghe.

- Anh biết chuyện cậu học trò Dương Đức Thịnh xúc phạm Quốc Kỳ của Việt Nam Cộng Hòa (VNCH) xảy ra bên Úc, hôm 30-04-2021, hay không?

- Ấy, VNCH đâu còn nữa mà gọi là Quốc Kỳ! Phải gọi là cờ Vàng chứ.

- Anh đang học tiến sĩ mà suy nghĩ của anh còn rất hạn hẹp! Anh nên nhớ, dù lãnh thổ của VNCH – miền Nam Việt Nam – đã bị csVN cưỡng chiếm, nhưng miền đất thân yêu ấy và chính thể VNCH vẫn sống mãi trong lòng chúng tôi; cũng như áo dài là Quốc phục thì chúng tôi vẫn mặc áo dài và vẫn gọi áo dài là Quốc phục và nước Việt Nam vẫn trong lòng chúng tôi. Chế độ csVN chỉ là giai đoạn của bạo lực.

Im lặng. Tôi tiếp:

- Tôi nghĩ, anh và Dương Đức Thịnh là sản phẩm tiêu biểu nhất của nền giáo dục "một trăm năm trồng người" do ông Hồ Chí Minh đề xướng và đảng csVN thực hiện, đúng như câu Ông Bà mình thường nói: "Rau nào thì sâu đó". Tôi sẽ đổi số điện thoại của tôi. Bye!

Sau những ngày buồn, giận và tiếc cho hành động vô giáo dục, vô văn hóa, vô đạo đức của du học sinh Dương Đức Thịnh và sau khi nói chuyện với Phan Trần Tuấn Châu, tôi chợt nhớ một câu trong bảng tin về anh Thủy Quân Lục Chiến Hoa Kỳ – Christopher Ahn – mà tôi đang đọc trước khi Phan Trần Tuấn Châu gọi tôi. Câu ấy như thế này: "...Ahn could not go into detail about what unfolded inside the embassy for legal reasons but told Fox News he went there because 'people wanted to be helped. People wanted to choose a better life. They didn't want to live under the regime of North Korea. They wanted something better for their children.'"

US Marine Christopher Ahn là một người Mỹ lai Đại Hàn – tôi nhìn hình và đoán như thế – mà Ahn còn tìm mọi phương cách giúp người dân Bắc Hàn tìm đời sống Tự Do; trong khi Phan Trần Tuấn Châu và Dương Đức Thịnh sang được nước Tự Do thì lại cố tình đạp đổ những giá trị tinh thần cao quý của đất nước Tự Do; cố len lõi/lợi dụng những kẻ hở của Hoa Kỳ để thủ lợi cho riêng mình!

Tôi trách Dương Đức Thịnh và Phan Trần Tuấn Châu thì ít mà trách nền giáo dục của đảng và người csVN thì nhiều.

Vì dốt nát, không có văn hóa, không có giáo dục và đức dục, cho nên, sau 30-04-1975, người csVN có những hành động ngây ngô, khờ khạo khiến người miền Nam chúng tôi được dịp cười "bể bụng" khi thấy cán bộ csVN và các anh bộ đội cụ Hồ nuôi cá trong... bồn cầu tiêu! Khi bất cẩn hoặc tò mò, đụng nhầm nút nhấn nước, nước rút, cuốn cá theo, thế là anh cán bộ csVN hoặc bộ đội cụ Hồ chửi ầm lên là "Mỹ Ngụy tráo trở, đã tháo chạy mà còn bí mật đặt máy để cướp thức ăn của 'anh hùng giải phóng' và 'bộ đội nhân dân'"! (Chi tiết này do Bà Nội và các cô của các con tôi sau này kể lại; vì gia đình tôi ra đi – tối 29-04-1975 – để lại ngôi nhà cho bà Cụ và mấy cô em chồng. Khi csVN vào, thanh niên quàng khăn đỏ điềm chỉ ngôi nhà của chúng tôi là nhà của trung tá Ngụy. Thế là csVN chiếm nhà tôi ngay. Nhưng vì bà Nội và cô của các con tôi không có nơi tá túc, csVN cho gia đình bà Cụ ở tạm.

Khoảng một tuần/mười ngày, csVN đuổi bà Cụ và các con của Bà ra khỏi nhà!)

Khi được người dân miền Nam hỏi ngoài Bắc có "Refrigerator" – tủ lạnh – hay không? Anh cán bộ hoặc anh bộ đội cụ Hồ "hồ hởi" đáp: "Thiếu gì! Nó... chạy đầy đường!"

Cũng vì dốt nát, không có văn hóa mà thủ tướng Nguyễn Xuân Phúc đọc "made in Viet Nam" thành ra "ma ze in Viet Nam". Người csVN bị "quê xệ", vội bào chữa cho sự dốt nát của thủ tướng Nguyễn Xuân Phúc như thế này: "Thủ tướng Nguyễn Xuân Phúc muốn đùa cho vui." Nếu thật sự ông Nguyễn Xuân Phúc đùa như thế trước cử tọa thì ông Nguyễn Xuân Phúc cũng phạm lỗi thiếu giáo dục và thiếu đức dục – vì đã xem thường cử tọa!

Sau 46 năm không còn chiến tranh, người csVN cũng vẫn chưa đưa môn Công Dân Giáo Dục và Đức Dục vào học đường. Vì thế, lúc nào người csVN cũng có những hành động rất ngây ngô để che dấu bản tính tự ty mặc cảm của chính họ. Tỷ như trong các lễ hội, hễ thấy điều gì vui là thanh niên và thiếu nữ "nhảy cởn" lên, cùng hô vang "tự hào quá Việt Nam". Còn Dương Đức Thịnh – sau khi xúc phạm Quốc Kỳ VNCH – thì lộng ngôn, tự cho là cậu ta đại diện cho hơn 90 triệu dân Việt Nam để thực hiện hành vi côn đồ đối với Quốc Kỳ VNCH!

Chống đối Quốc Kỳ VNCH chỉ có người csVN và một phần người dân miền Bắc; số người Việt Nam còn lại, không biết bao nhiêu người từng hát Quốc Ca và mắt hướng về lá Quốc Kỳ vào mỗi sáng thứ Hai, tại các trường học; số người này không thương quý Quốc Kỳ VNCH thì thôi chứ số người này không thù hận Quốc Kỳ VNCH.

Từ ngày đủ hiểu biết cho đến nay, tôi không thể nhớ được bao nhiêu học sinh miền Nam được du học ngoại quốc. Tôi chỉ nhớ hai người bạn cùng học lớp B4 với tôi tại trường Trung Học Võ Tánh Nha Trang được du học Bỉ và Nhật.

Theo các bạn B4 cho biết, người bạn sang Nhật du học thiên cộng từ khi còn học lớp B4 tại trường Võ Tánh với chúng tôi. Sau khi sang Nhật, chàng cựu học sinh lớp B4 này sinh hoạt với nhóm sinh viên csVN. Và trong số sinh viên miền Nam du học tại Nhật cũng có một số là sinh viên thiên cộng.

Thế mà anh bạn cựu học sinh lớp B4 với chúng tôi, cũng như không biết bao nhiêu sinh viên miền Nam du học, có thiện cảm với csVN, chưa sinh viên nào có hành động nông nổi, mất dạy như hành động của cậu học trò Dương Đức Thịnh – dù đối với Quốc Kỳ VNCH hay là đối với cờ đỏ sao vàng của csVN.

Tại sao?

Tại vì nền giáo dục miền Nam Việt Nam đã đặt nặng vấn đề Đức Dục và Công Dân Giáo Dục trong học đường ngay từ các lớp tiểu học.

Chính chương trình Công Dân Giáo Dục và Đức Dục trong học đường tại miền Nam Việt Nam đã tạo nên người công dân lễ độ, biết liêm sĩ, biết khiêm tốn và biết tự trọng; tạo nên nhân cách oai phong và quân kỹ của người Lính VNCH – một nhân cách vượt trội, hơn hẳn hành động lén lút, rụt rè, lẩn trốn và đôi mắt láu liên của anh bộ đội cụ Hồ.

Mỗi khi đề cập đến người Lính VNCH không thể nào tôi không nghĩ đến Thương Binh VNCH.

Trong lần phát biểu cảm tưởng tại đại hội Cựu Quân Nhân Quân Lực VNCH, tôi đã nói: "...Ngày xưa, Pháp đô hộ Việt Nam, nhưng hình ảnh anh Thương Binh lại nên thơ như trong ca khúc Ngày Trở Về của Phạm Duy:

'... Ngày trở về có anh thương binh
Chống nạn cày bừa,
Vì thương yêu anh nên ngày trở về
Có con trâu xanh hết lòng giúp đỡ...'

Bây giờ, anh Thương Binh VNCH không thể *'chống nạn cày bừa'*, vì đất do Bố Mẹ của Anh để lại đã bị csVN chiếm đoạt. Anh Thương Binh phải lê lết tấm thân tàn trên hè phố, trong nhà lồng chợ, trước các tiệm ăn hoặc bên những đống rác đầy ruồi bọ để kiếm ăn! Miếng cơm của anh Thương Binh bây giờ không phải là *'nắm cơm ngon' mà là nắm cơm thừa! Anh Thương Binh đã ăn cơm thừa, uống nước vũng thì làm thế nào Anh có được 'con trâu xanh'* để nó *'hết lòng giúp đỡ'?* Bố Mẹ của anh Thương Binh cũng không thể *'lần mò ra trước ao nắm áo người xưa ngỡ trong giấc mơ, tiếc rằng ta đôi mắt đã lòa vì quá đợi chờ'*; vì Bố Mẹ của anh Thương Binh đã chết tại một vùng kinh tế mới khô cằn nào đó!..."

Giữa lúc lòng tôi xót xa vô bờ vì nghĩ đến những mảnh đời cùng thời đại với tôi đã bị "rách nát" vì chiến tranh, nay vẫn còn bị người csVN trả thù một cách tàn độc, tôi thấy email vừa vào Inbox của tôi.

Vào Inbox, mở email, thấy dòng chữ "Cứu Trợ Thương Binh VNCH", tôi vui hẳn lên. Từ từ đọc tên từng vị mạnh thường quân và số tiền các vị này góp lại để giúp một số Thương Binh VNCH, tôi thầm phục những người giàu lòng bác ái này.

Kéo "con chuột" xuống để đọc tiếp, thấy hình của từng anh Thương Binh VNCH – với nhiều thương tật khác nhau trên những tấm thân già yếu – tôi không thể nén được tiếng thở dài!

Giữa khi tâm hồn tôi tràn ngập niềm thương cảm dành cho những mảnh đời bất hạnh này, mắt tôi bỗng mở lớn, đầy ngạc nhiên và tức giận khi thấy hai tay của mỗi anh Thương Binh VNCH phải cầm một tờ giấy lớn, để ngang ngực. Trên tờ giấy lớn, tôi thấy: Hàng trên ghi rõ tên họ của mạnh thường quân, từ Mỹ, được viết lớn và đậm; tiếp đến là tên của anh Thương Binh và số tiền anh Thương Binh nhận – $500.000 tiền Việt Nam và một bao gạo 15 ký. Gương mặt của anh Thương Binh nào cầm tờ giấy để ngang ngực trông cũng đau đớn như đang gánh chịu cực hình!

Đối với tôi, tặng một số tiền và hiện vật – không cần biết giá trị là bao nhiêu – cho bất cứ một người nào rồi buộc người đó phải cầm tờ giấy đề cao cá nhân của mạnh thường quân, rồi chụp hình, là một hành động sĩ nhục chứ không phải là hành động từ thiện!

Sở dĩ tôi dùng động từ "sĩ nhục" là vì những tấm ảnh về quý vị Thương Binh VNCH nhận quà được phổ biến một cách công khai/rộng rãi trên các diễn đàn – chứ những tấm ảnh đó không phải được phổ biến một cách giới hạn giữa những cá nhân góp tiền/quà để tặng Thương Binh, chỉ với mục đích giữ trong hồ sơ lưu.

Thỉnh thoảng hình ảnh của Thương Binh VNCH cũng xuất hiện một cách công khai trên báo. Nhưng trong những tấm ảnh trên báo, Thương Binh VNCH không phải cầm tấm bảng, giăng ngang ngực, viết rõ tên người cho và người nhận.

Dù gì đi nữa, tôi cũng không nghĩ rằng quý vị cố tình công khai phổ biến trên các diễn đàn những tấm ảnh có vẻ như sĩ nhục Thương Binh VNCH. Nhưng tôi vẫn phải viết ra những điều làm xót lòng tôi, để mong rằng, từ nay, sẽ không ai "rơi" vào "vết xe đổ" do quý vị tạo nên đối với Thương Binh VNCH – những người *đã đích thực góp một phần cơ thể để giữ vững miền Nam trong suốt 21 năm!*

1.- Ngô Thì Nhậm

MỤC LỤC

NHÂN ẢNH
2024

Liên lạc tác giả:
diepmylinh@rocketmail.com
P.O. Box 401
Alief, TX 77411

Liên lạc nhà xuất bản:
han.le3359@gmail.com
(408) 722-5626

www.ingramcontent.com/pod-product-compliance
Lightning Source LLC
LaVergne TN
LVHW032027041026
849517LV00008B/2774
* 9 7 9 8 3 3 0 3 0 9 9 3 1 *